AF440798

Tủ Sách Bảo Anh Lạc 92

Kỷ Yếu
Lễ Tưởng Niệm
THÁNH TỔ KIỀU ĐÀM DI
Tại Chùa Hương Sen năm 2024

Thích Nữ Giới Hương

biên soạn

Nhà Xuất Bản
HƯƠNG SEN

HƯƠNG SEN PUBLISHER

Huong Sen Buddhist Temple

19865 Seaton Avenue,

Perris, CA 92570, USA

Tel: 951-657-7272, Cell: 951-616-8620

Email: huongsentemple@gmail.com,

thichnugioihuong@yahoo.com

Facebook:https://www.facebook.com/huongsentemple

Web: www.huongsentemple.com

First edition © 2024 Huong Sen Buddhist Temple

MỤC LỤC

Lời Đầu

Cây có cội mới trổ cành xanh lá

Nước có nguồn mới bủa khắp rạch sông.

Là con Phật, chúng ta phải biết tri ân và báo ân. Thánh tổ Kiều Đàm Di là Sơ Tổ của Ni giới Phật giáo. Ngài với lòng thành tha thiết, muốn được gia nhập Tăng đoàn và đã cùng với 500 Hoàng nữ từ Cung thành Ca-tỳ-la-vệ đi đến nơi Phật và chư Tăng đang cư trú để cầu xin xuất gia. Hành trình cầu đạo của Di Mẫu vô cùng gian khổ. Ngài đã cùng với đoàn tùy tùng đi chân trần cả nghìn dặm, trải qua bao cảnh nắng sương, gió bụi... Những đôi gót son của Di Mẫu và những Hoàng nữ quý tộc này đã sưng vù và rướm máu.

Ban đầu, Đức Phật từ chối vì nghĩ rằng nhi nữ yếu đuối làm sao chịu đựng được sự kham khổ tu tập, nhất là Di Mẫu và các công nương vốn là dòng dõi quý tộc - Di Mẫu và đoàn hoàng nữ bạch Phật một lòng muốn cầu đạo giải thoát, ra khỏi kiếp sống vô thường luân hồi sanh tử. Cảm động trước tấm lòng cầu đạo của Di Mẫu, tôn giả A-Nan đã đảnh lễ Phật để xin Phật cho phép và cuối cùng Đức Phật đã chấp nhận giới nữ xuất gia. Từ đó, Ni đoàn được thành lập và theo dòng thời gian được truyền bá khắp nơi trên thế giới.

Phật giáo Việt Nam du nhập vào Hoa Kỳ từ những thập niên 1960 và cho đến hôm nay (năm 2024), hàng trăm ngôi chùa Việt Nam được thành lập khắp nước Hoa Kỳ, trong đó chùa Ni chiếm một số lượng không nhỏ so với Chùa Tăng.

Chư Ni luôn nhớ đến công ơn Thánh tổ Kiều Đàm Di Đại Ái Đạo và các Ni trưởng tiền bối hữu công đã thành lập Ni đoàn và tiếp giữ mạng mạch Phật Pháp cho đến hôm nay, vì lẽ đó nên chư Ni chúng con đã phát nguyện mỗi năm các chùa Ni tại Miền Nam và Bắc California sẽ luân phiên đăng cai tổ chức lễ Tưởng Niệm ân sư.

Ngày 14 tháng 03 năm 2024, Chùa Hương Sen do Ni sư TN Giới Hương trụ trì, đăng cai tổ chức và vì nhu cầu cần có cuốn nghi lễ và chương trình MC để tiến hành lễ tưởng niệm, nên chúng con không ngại sự hạn hẹn của kiến thức mà biên soạn nhanh cuốn **NGHI THỨC CÚNG THÁNH TỔ KIỀU ĐÀM DI** (cuốn thứ 89 trong tủ sách Bảo Anh Lạc) để đáp ứng hạnh nguyện này. Nội dung cuốn Nghi Thức Cúng Thánh Tổ Kiều Đàm Di là những lễ nghi mà chúng con sưu tầm trên online và các buổi lễ Tưởng niệm mà chúng con đã tham dự trước đây.

Trong buổi lễ Tưởng Niệm của ngày 14/03/2024, với sự hiện diện quý báu của Chư Tôn Tịnh Đức Tăng Ni cùng quý Đạo Hữu Phật Tử, đã cùng nhau nhiễu quanh Tôn tượng Thánh Tổ Đại Ái Đạo, cùng nhau nhắc về tiểu sử cũng như công hạnh hy sinh thành lập Ni đoàn của Thánh Tổ để chư Ni học hỏi, nối bước, duy trì nếp sống thiền môn giải thoát, nung đúc chí nguyện của hàng xuất gia ni giới. Sự quang lâm tham dự lễ của quý ngài như "Tăng đáo Phật lai," sự nhiễu tháp thiền hành thánh thoát, lời pháp nhũ khai thị tỉnh thức, nghi dâng lục cúng trang nghiêm, dùng cơm chay tịnh hỉ... đều là những hình ảnh và giây phút đáng ghi nhớ. Đó là lý do cuốn **KỶ YẾU**

LỄ TƯỞNG NIỆM THÁNH TỔ KIỀU ĐÀM DI TẠI CHÙA HƯƠNG SEN NĂM 2024 (cuốn thứ 92 trong tủ sách Bảo Anh Lạc) được ra mắt như để ghi lại những buổi họp mặt có ý nghĩa của Chư Ni tại Hoa Kỳ mà Chùa Hương Sen được thắng duyên tổ chức và cúng dường.

Sẽ có nhiều thiếu sót trong việc biên soạn hai cuốn kinh sách quan trọng này, kính mong Chư Tôn Thiền Đức Tăng Ni hoan hỉ chỉ dạy để lần tái bản sau sẽ được hoàn chỉnh hơn.

Chúng con thành kính tri ân.

Ái Gia Phong Ngàn Năm Còn Ghi Dấu

Sáng ngời Thánh Tổ Kiều Đàm Di, Trưởng Lão Ni Tiền Bối.

Nam mô Chư Lịch Đại Tổ Sư Tiền Bối Hữu Công

Nam mô Phật Mẫu Kiều Đàm Di Ni Đại Ái Đạo Tổ Sư tác đại chứng minh.

Chùa Hương Sen, ngày 17 tháng 03 năm 2024

(Nhằm mồng 8 tháng 2 năm Giáp Thìn)

Kính lễ,

Hậu học: **Thích Nữ Giới Hương**

HUONG SEN BUDDHIST TEMPLE – CHÙA HƯƠNG SEN
19865 Seaton Avenue, Perris, CA 92570, USA
Tel: 951-657-7272   Cell: 951-616-8620
Email: huongsentemple@gmail.com, Web: www.huongsentemple.com
Fanpage: Huong Sen

THIỆP THỈNH

THAM DỰ LỄ TƯỞNG NIỆM
THÁNH TỔ KIỀU ĐÀM DI
Thứ Năm Ngày 14/03/2024

Kính gửi Chư Tôn Thiền Đức Ni,

Kiều Đàm Di – bậc Thánh Tổ Ni

Mở đường khai lối Từ bi độ đời.

Đức Thánh Tổ Đại Ái Đạo Kiều Đàm Di, Người đã dấn thân vượt khó cầu xin Đức Phật cho phép Ni giới được xuất gia, hội nhập Tăng Đoàn, đã mở ra trang sử rạng ngời cho Ni giới ngày nay. Với lòng hoài niêm ân xưa, chư Ni miền Nam California chúng con hằng năm đều hân hoan, thành kính tổ chức Đại Lễ Tưởng Niệm Đức Thánh Tổ Kiều Đàm Di.

Tiếp theo tinh thần Lễ Tưởng Niệm lần thứ 2 năm 2023 tại chùa Phước Quang và muốn tiếp nối truyền thống này không bị đứt đoạn, Chùa Hương Sen dù ở vùng xa và ít người Việt, chúng con cũng mạo muội phát tâm đảm trách Lễ Tưởng Niệm Đức Thánh Tổ lần thứ 3 tại chùa Hương Sen, 19865 Seaton Avenue, Perris, CA-92570.

Chúng con nhất tâm tha thiết, kính đảnh lễ cung thỉnh Chư Tôn Thiền Đức Tăng Ni quang lâm về bổn tự chùa Hương Sen, hướng dẫn và tác lễ Báo Đức Thù Ân để cho ngày Đại Lễ được thành tựu như ý nguyện.

Kính mong Chư Tôn Đức từ bi hứa khả cho chúng con được thừa tư công đức, ân triêm phước lạc.

Nam mô Sơ Tổ Ni Giới Đại Ái Đạo Kiều Đàm Di Mẫu

– Đương Lai Nhất Thiết Chúng Sanh Hỷ Kiến Phật tác đại chứng minh.

Chùa Hương Sen, ngày 26 tháng 02 năm 2024

Kính lễ,

Trụ trì: *TKN Thích Nữ Giới Hương*

<u>CHƯƠNG TRÌNH</u>

Thứ năm, **14.03.2024**:

- **09:30 AM**: *Đón tiếp Chư Tôn Đức* và Quý Đồng hương Phật tử

- **10:00 AM**: *Chính thức Lễ Tưởng Niệm* (Có trương trình riêng)

- **12:00 AM**: *Lễ cúng dường trai tăng, Thọ Trai và hoàn mãn*

GHI CHÚ: Phương tiện xe Bus đưa đón lên Chùa Hương Sen, Chùa Phước Quang cúng dường. Xin liên lạc **Ni sư Như Quang: 714 360 3938** và **Phật tử Thu Nguyệt: 714 495 0156**

Để tổ chức được chu đáo và trang nghiêm, xin Quý Ni sư hoan hỉ hồi đáp call/message cho chúng con: **951 616 8620**. Kính đảnh lễ tri ân.

HƯƠNG SEN BUDDHIST TEMPLE - CHÙA HƯƠNG SEN

19865 Seaton Ave., Perris, CA 92570 - USA ■ Tel: 951-657-7272 ■ Cell: 951-616-8620

Email: huongsentemple@gmail.com ■ *Web: www.huongsentemple.com* ■ *Fanpage: Huong Sen*

THIỆP THỈNH
THAM DỰ LỄ TƯỞNG NIỆM
Thánh Tổ Kiều Đàm Di
Thứ Năm, ngày 14/03/2024

Kính gửi Chư Tôn Thiền Đức Ni,

Kiều Đàm Di – bậc Thánh Tổ Ni

Mở đường khai lối Từ bi độ đời.

Đức Thánh Tổ Đại Ái Đạo Kiều Đàm Di, Người đã dấn thân vượt khó cầu xin Đức Phật cho phép Ni giới được xuất gia, hội nhập Tăng Đoàn, đã mở ra trang sử rạng ngời cho Ni giới ngày nay. Với lòng hoài niệm ân xưa, chư Ni miền Nam California chúng con hằng năm đều hân hoan, thành kính tổ chức Đại Lễ Tưởng Niệm Đức Thánh Tổ Kiều Đàm Di.

Tiếp theo tinh thần Lễ Tưởng Niệm lần thứ 2 năm 2023 tại chùa Phước Quang và muốn tiếp nối truyền thống này không bị đứt đoạn, Chùa Hương Sen dù ở vùng xa và ít người Việt, chúng con cũng mạo muội phát tâm đảm trách Lễ Tưởng Niệm Đức Thánh Tổ lần thứ 3 tại chùa Hương Sen, 19865 Seaton Avenue, Perris, CA-92570.

Chúng con nhất tâm tha thiết, kính đảnh lễ cung thỉnh Chư Tôn Thiền Đức Tăng Ni quang lâm về bổn tự chùa Hương Sen, hướng dẫn và tác lễ Báo Đức Thù Ân để cho ngày Đại Lễ được thành tựu như ý nguyện.

Kính mong Chư Tôn Đức từ bi hứa khả cho chúng con được thừa tư công đức, ân triêm phước lạc.

Nam mô Sơ Tổ Ni Giới Đại Ái Đạo Kiều Đàm Di Mẫu

– Đương Lai Nhất Thiết Chúng Sanh Hỷ Kiến Phật tác đại chứng minh.

Chùa Hương Sen, ngày 26 tháng 02 năm 2024

Kính lễ,

Trụ trì: TKN Thích Nữ Giới Hương

CHƯƠNG TRÌNH

Thứ năm, 14.03.2024:

- ◆ 09:30 AM: Đón tiếp Chư Tôn Đức, và Quý Đồng hương Phật tử.
- ◆ 10:00 AM: Chính thức Lễ Tưởng Niệm (Có trương trình riêng).
- ◆ 12:00 AM: Lễ cúng dường trai tăng, Thọ Trai và hoàn mãn.

GHI CHÚ: Phương tiện xe Bus đưa đón lên Chùa Hương Sen, Chùa Phước Quang cúng dường. Xin liên lạc **Ni sư Như Quang:** 714 360 3938 và **Phật tử Thu Nguyệt:** 714 495 0156

- Để tổ chức được chu đáo và trang nghiêm, xin Quý Ni sư hoan hỉ hồi đáp call/message cho chúng con: **951 616 8620**. Kính đảnh lễ tri ân.

BAN TỔ CHỨC LỄ TƯỞNG NIỆM
ĐỨC THÁNH TỔ NI KIỀU ĐÀM DI

Tại Chùa Hương Sen, Riverside, California, USA
Ngày 14 tháng 03 năm 2024
(nhằm ngày 05 tháng 03 năm Giáp Thìn)

Trưởng ban tổ chức: **NI SƯ TN GIỚI HƯƠNG**

Phó ban:

- **NI SƯ TN NHƯ QUANG**
- **NI SƯ TN NGUYÊN BỔN**
- **NI SƯ TN CHƠN VIÊN**

Ban trang trí:

- **NI SƯ TN TÂM NHẬT**
- **NI SƯ TN NHƯ QUANG (Chùa Hương Sen)**

Ban Hương Đăng:

- **NI SƯ TN NHƯ MINH**
- **SƯ CÔ TN VIÊN TIẾN**

Ban Nghi lễ:

- **NI SƯ TN NGUYÊN BỔN**
- **NI SƯ TN TRUNG TRÍ**

Ban tiếp tân:

- **NI SƯ TN GIỚI ĐỊNH**
- **NI SƯ TN CHÚC VÂN**

Ban xướng ngôn:

- **SƯ CÔ PHƯỚC NHẪN**

- **SƯ CÔ VIÊN AN**

Ban ẩm thực và hành đường:

- **CHƯ NI VÀ PHẬT TỬ CHÙA HƯƠNG SEN**

Phẩm vật cúng dường:

- **NHÓM TIẾNG NÓI TRÁI TIM VÀ KIM ANH**

Ban thị giả:

- **SƯ CÔ MINH DUYÊN**
- **SƯ CÔ CHÂN NHƯ**
- **SƯ CÔ THANH LIÊN**

Ban văn nghệ:

- **HỘI PHẬT HỌC ĐUỐC TUỆ.**

  Nam Mô Công Đức Lâm Bồ Tát Ma Ha Tát.

CHƯƠNG TRÌNH LỄ TƯỞNG NIỆM THÁNH TỔ KIỀU ĐÀM DI

Bắt đầu từ 10g sáng ngày 14 tháng 03 năm 2024
Tại Chùa Hương Sen, Riverside, California

- **Lễ Thỉnh sư**
- **Thiền hành và Nhiễu xung quanh Tôn tượng Thánh Tổ Kiều Đàm Di**
- **Niệm Phật và nghi thức lễ chào cờ**
- **Tuyên bố lý do và chương trình**
- **Giới thiệu thành phần tham dự**
- **Diễn văn khai mạc** (Ni sư TN Giới Hương)
- **Tuyên đọc tiểu sử Thánh Tổ Ni**
- **(Ni sư TN Như Minh)**
- **Văn Tưởng niệm** (Ni trưởng TN Như Tịnh)
- **Tri ân Thánh Tổ** (Ni sư TN Trung Trí)
- **Lễ Dâng Lục Cúng và Tiến Cúng Cơm lên Đức Thánh Tổ Ni**
  (Ni sư TN Nguyên Bổn & Ni Sư TN Trung Trí)
- **Đạo từ của Chư Tôn Đức chứng minh**
  (Hòa thượng T Tuệ Uy)
- **Tác bạch Trai tăng** (Ni sư TN Chơn Viên)
- **Cảm tạ** (Ni sư TN Tâm Nhật)
- **Hoàn mãn.**

CHƯƠNG TRÌNH MC
LỄ TƯỞNG NIỆM THÁNH TỔ
KIỀU ĐÀM DI

Tại Chùa Hương Sen
Ngày 14 Tháng 03 Năm 2024

MC: **Sư cô Phước Nhẫn** và **Sư cô Viên An**

1. LỄ THỈNH SƯ

(Khay lễ, kiền chùy, Thỉnh Chư tôn Hòa thượng và Ni trưởng Như Tịnh an tọa khách đường để quý ni sư lớn quỳ thỉnh, trong khi đó quý Ni sư và sư cô cầm bình bát đứng sẵn Phật điện và Phật tử cầm quà đứng hai bên)

MC Sư cô Viên An:

Ngưỡng bái bạch Chư tôn trưởng lão Hòa thượng và quý Ni trưởng, Ni sư và Đại đức ni,

Hôm nay Toàn thể Chư Ni giới chúng con có duyên sự xin đầu thành đảnh lễ tác bạch.

(lạy một lạy và quỳ xuống)

Nam mô A Di Đà Phật

Ngưỡng bái bạch Chư Tôn Thiền Đức Tăng Ni, nhị bộ tăng già,

Để tỏ lòng tri ân và thành kính đến Đức Thánh Tổ Ni Đại Ái Đạo Kiều Đàm Di, ngài là người Nữ đầu tiên đã mở đường dẫn lối cho hàng Nữ giới được phép xuất gia bước vào cửa đạo, học hạnh đại thừa, thoát ly sanh tử, Bổn tự Chùa Hương Sen chúng con cùng tất cả Chư Ni tại California, thành tâm tổ chức "Đại Lễ Tưởng Niệm Đức Thánh Tổ Ni Đại Ái Đạo."

Trước khi vào hội trường làm lễ Tưởng Niệm chính thức, chúng con đảnh lễ kiền thành cung thỉnh Chư Tôn thiền đức Tăng ni hoan hỉ đi thiền hành sân trước chùa và đi nhiễu xung quanh tôn tượng Thành Tổ Kiều Đàm Di lộ thiên và cũng cho phép chúng con được chụp hình kỷ niệm quý ngài với Tôn tượng trong dịp lễ thắng duyên.

Giờ này đàn tràng đã trang nghiêm thanh tịnh, chúng

con thành tâm đê đầu đảnh lễ cung thỉnh quý ngài hoan hỉ khởi thân thiền hành, nhiễu tượng và quang lâm hội trường để tiến hành lễ Tưởng niệm cho chúng con được ân triêm công đức.

Nam mô A Di Đà Phật.

Đại tăng đáp lại: Nam mô A Di Đà Phật.

Trên chư Tôn Thiền Đức Tăng Ni đã từ bi hứa khả cho rồi, chúng con xin đầu thành đảnh lễ cúng dường một lạy. (*lạy một lạy*)

(*Khay lễ, quý Hòa thượng, Ni đoàn và Phật tử*)

Sau khi nhiễu tôn tượng (phía trước thì mở bài nhạc *Nhớ Ơn Thánh Tổ Kiều Đàm Di*, phía sau thì mở bài hát *Gương sáng Kiều Đàm Di*, chụp hình lưu niệm.

Xin khởi ba hồi Chuông trống Bát Nhã để thỉnh Chư tôn đức tăng ni từ tôn tượng thánh tổ Kiều Đàm Di vào hội trường.

MC Sc Phước Nhẫn:

Khi đến hội trường rồi.

Chúng con đê đầu cung thỉnh chư tôn trưởng lão Hòa thượng, chư Thượng Tọa, quý Ni Trưởng, Ni Sư cùng chư đại đức Ni an tọa.

Đồng kính mời quý Phật tử an tọa.

2. NIỆM PHẬT
VÀ NGHI THỨC LỄ CHÀO CỜ

Nam mô Bổn Sư Thích Ca Mâu Ni Phật.

Nam mô Đại Thánh Khải Giáo A-Nan-đà Tôn Giả.

Nam mô Đức Thánh Đại Ái Đạo Kiều Đàm Di, Đương Lai Nhất Thiết Chúng Sanh Hỷ Kiến Phật tác đại chứng minh.

Kính lạy Thánh tổ Kiều Đàm Di

Ơn người con mãi khắc ghi vào lòng

Đạo màu người đã tròn xong

Pháp lạc đệ nhất thong dong Niết bàn

Nữ nhi, ni giới các hàng

Thành tâm cảm niệm muôn vàn tri ân.

Cung kính ngưỡng bái bạch Chư tôn trưởng lão Hòa thượng chứng minh, quý Ni trưởng, Chư tôn thiền đức Tăng Ni,

Kính thưa toàn thể quý Phật tử,

Hôm nay là ngày 14 tháng 03 năm 2024 nhằm mồng 5 tháng 2 năm Giáp Thìn, tại Chùa Hương Sen, thành phố Perris tiểu bang California, Hoa Kỳ, Ni sư trụ trì TN Giới Hương, thành tâm thiết lễ tưởng niệm Đức Thánh Tổ Ni Đại Ái Đạo.

Chư tôn trưởng lão Hòa thượng, quý Ni trưởng, chư tôn thiền đức Tăng Ni đã nhận lời thỉnh mời, hoan hỉ chấn tích quang lâm chứng minh tham dự. Chúng con xin được cung đón bước chân của quý ngài.

Thay mặt cho Ban tổ chức, chúng con thành kính đảnh lễ trên Chư Tôn Hòa thượng chứng minh, quý Ni trưởng, chư tôn thiền đức Tăng Ni, cùng đạo tràng Phật tử với lời chúc sức khỏe và lời chào trân trọng nhất. (vỗ tay)

Để buổi lễ được trang nghiêm và thanh tịnh, chúng con thành kính cung thỉnh quý ngài hoan hỉ khởi thân để niệm Phật cầu gia hộ.

Thành kính cung thỉnh Hòa thượng/Ni trưởng... xướng niệm "Nam mô Bổn Sư Thích Ca Mâu Ni Phật." (3 lần)

Tiếp theo phần niệm Phật, chúng con cung thỉnh quý ngài giữ nguyên vị trí tại chỗ và sau đây là phần nghi lễ chào cờ. Kính mời Ban Văn Nghệ Đuốc Tuệ.

3. CỬ QUỐC CA HOA KỲ, QUỐC CA VIỆT NAM, ĐẠO CA, HƯƠNG SEN CA và THÁNH TỬ ĐẠO

Tiếp theo là lễ Cử Nhạc Quốc Ca Hoa Kỳ, Quốc Ca VN, Phật Giáo Ca, Hương Sen Ca (Nhóm Văn Nghệ Đuốc Tuệ chuẩn bị nhạc) xin tất cả hoan hỉ đứng nghiêm trang và chú tâm lắng nghe: *(Lớn giọng: Xin mở bài* Quốc Ca Hoa Kỳ, Phật Giáo Ca, Hương Sen Ca*)*

Giọng mạnh:

Quốc Ca Hoa Kỳ bắt đầu... Quốc Ca Hoa Kỳ đã xong.

Quốc Ca Việt Nam bắt đầu... Quốc Ca Việt Nam đã xong.

Phật Giáo Ca bắt đầu.... Phật Giáo Ca đã xong.

Hương Sen Ca bắt đầu... Hương Sen Ca đã xong.

Tiếp đến là Phút mặc niệm: xin lắng nghe lời tưởng niệm:

- PHÚT TƯỞNG NIỆM TỨ TRỌNG ÂN:

Để tưởng nhớ công ơn chư thánh tử đạo – chư Hoà Thượng tăng ni phật tử đã nằm xuống cho quê hương, cho đạo pháp được trường tồn, và để tưởng nhớ công ơn sanh thành nuôi dưỡng của cha mẹ nhiều đời nhiều kiếp đã nuôi nấng chúng ta nên người, đồng thời chúng ta cũng tưởng nhớ đến ơn đất nước đồng bào, ơn vạn loại chúng sanh.

Tưởng nhớ đến các vị tiền bối hữu công, tưởng nhớ đến các chiến sĩ đã vì quốc vong thân cho đất nước hòa bình hạnh phúc.

Vào giờ này, chúng con cung thỉnh Chư Tôn Thiền Đức cùng toàn thể đại chúng lắng đọng tâm tư, nhất tâm tưởng niệm, một phút MẬT NIỆM BẮT ĐẦU..........

Phút mật niệm đã qua, xin thành kính cung thỉnh chư tôn trưởng lão Hòa thượng, quý Ni trưởng, quý Ni sư, chư tôn thiền đức Ni theo thứ đệ hạ lạp an tọa.

Cũng kính mời quý Phật tử đồng an toạ.

4. TUYÊN BỐ LÝ DO VÀ CHƯƠNG TRÌNH

MC Sc Viên An:

- Nam mô A Di Đà Phật.

- Nam mô Bổn Sư Thích Ca Mâu Ni Phật.

- Nam Mô Đại Ái Đạo Kiều Đàm Di Mẫu tác đại chứng minh.

Cung kính ngưỡng bái bạch chư tôn trưởng lão Hòa thượng chứng minh, quý Ni trưởng, chư Tôn Thiền Đức Tăng Ni,

Kính thưa quý thiện nam tín nữ xa gần,

Nương lịch sử con tìm về quá khứ

Kiều Đàm Di bậc trí tuệ thượng thừa.

Ngược dòng lịch sử hơn 26 thế kỷ qua. Đức Thánh Tổ A-La-hán Đại Ái Đạo, đã mở trang sử Ni đoàn, với ý chí cầu đạo ngút ngàn. Ngài đã từ bỏ cung vàng điện ngọc, ngôi cao mẫu nghi, cùng 500 công nương quý tộc, từ kinh đô đến thành Tỳ-xá-ly, khẩn cầu Đức Phật cho phép Ni giới xuất gia, được gia nhập tăng đoàn. Nhiệt huyết ấy cho đến hôm nay vẫn còn bàng bạc khắp nơi cho ni giới tấn đạo nghiêm thân. Chư ni chúng con đang sinh hoạt và hoằng pháp tại Hoa Kỳ, cùng bầu nhiệt huyết ấn, trên tinh thần hoài niệm ân xưa, hướng về tương lai của sự kết thừa đầy niềm tin và trí tuệ, thành kính tổ chức Đại lễ tưởng niệm đức Thánh tổ Ni Đại Ái Đạo Kiều Đàm Di. Đó là **lý do của buổi lễ tưởng niệm** sáng hôm nay.

MC Sc Phước Nhẫn:

Nam mô Bổn Sư Thích Ca Mâu Ni Phật.

Cung kính ngưỡng bái bạch Chư tôn thiền đức,

Chúng con xin được thông qua nội dung chương trình lễ tưởng niệm sáng hôm nay như sau:

Lễ Thỉnh sư

Thiền hành và Nhiễu xung quanh Tôn tượng Thánh Tổ Kiều Đàm Di

Niệm Phật và nghi thức lễ chào cờ

Tuyên bố lý do và chương trình

Giới thiệu thành phần tham dự

Diễn văn khai mạc (*Ni sư TN Giới Hương*)

Tuyên đọc tiểu sử Thánh Tổ Ni (*Ni sư TN Như Minh*)

Văn Tưởng niệm (*Ni trưởng TN thượng Như Hạ Tịnh*)

Tri ân Thánh Tổ (*Ni sư TN Trung Trí*)

Lễ Dâng Lục Cúng và Tiến Cúng Cơm lên Đức Thánh Tổ Ni (*Ni sư TN Nguyên Bổn* & Ni Sư TN Trung Trí)

Đạo từ của Chư tôn đức chứng minh (*Hòa thượng T Tuệ Uy*)

Truyền trao Tuệ Đăng Kiều Đàm Di cho Đơn vị Chùa đăng cai năm 2025

Tác bạch Trai tăng (*Ni sư TN Chơn Viên*)

Cảm tạ (*Ni sư TN Tâm Nhật*)

Văn nghệ: Hội Phật Học Đuốc Tuệ

Hoàn mãn.

5. GIỚI THIỆU THÀNH PHẦN THAM DỰ

MC Sc Phước Nhẫn và MC Sc Viên An

(luân phiên giới thiệu)

Tiếp theo chương trình là phần giới thiệu.

Trên hàng ghế chứng minh, chúng con xin thành tâm cung kính giới thiệu:

- Trưởng lão Hòa thượng đạo hiệu Thích Phước Thuận, viện chủ Chùa Trí Phước, Quận Cam. (vỗ tay)

- Chúng con xin cúng kính đảnh lễ giới thiệu Hòa thượng đạo hiệu Thích Thiện Long, Viện chủ Chùa Phật Tổ. (vỗ tay)

- Chúng con xin cúng kính đảnh lễ giới thiệu Hòa thượng đạo hiệu Thích Minh Dung, viện chủ Chùa

Quang Thiện và Tu viện Sơn Tùng. (vỗ tay)

- Chúng con xin cúng kính đảnh lễ giới thiệu Hòa thượng đạo hiệu Thích Tuệ Uy, Trụ trì Tu Viện Liên Hoa Sanh. (vỗ tay)

- Chúng con xin cúng kính đảnh lễ giới thiệu thượng tọa đạo hiệu Thích Nhuận Hùng, Tri sự Chùa Bảo Quang, Santa Ana. (vỗ tay)

- Cùng Chư tôn thiền đức tăng đến từ các tự viện, tịnh thất, tinh xá... Chúng con xin được giới thiệu chung bằng niềm cung kính nhất.

- Về phía Chư tôn đức Ni, chúng con đê đầu đảnh lễ cung kính giới thiệu:

- Ni trưởng TN Như Tịnh, viện chủ Tu viện Đại Bi

- Sư bà Như Hương, Santa Ana

- Ni sư TN Minh Phước, Santa Ana

- Ni sư TN Chân Trung Chính và ni chúng Tu Viện Lộc Uyển

- Ni sư TN Như Quang, trụ trì Chùa Phước Quang

- Ni sư Nguyên Bổn, trụ trì Chùa Kiều Đàm Di

- Ni sư Nhật Hải, Chùa Huê Nghiêm

- Ni sư TN Như Minh, trụ trì Tịnh Thất Từ Hạnh

- Ni sư TN Chơn Viên, trụ trì Tu Viện Đại Bi

- Ni sư TN Giới Định, đến từ Chùa Bát Nhã

- Ni sư TN Chúc Vân, trụ trì Chùa Giác Tâm

- Ni sư Thích Nữ Trung Trí, trụ trì Chùa Hưng Lâm Tp Elmonte

- Ni sư Diệu Phước, trụ trì Chùa Viên Minh... (vỗ

tay)

- Chúng con xin được cung kính giới thiệu quý ni sư cùng chư tôn đức Ni đến từ các tự viện, tinh xá, tịnh thất từ miền Nam và miền Bắc Cali cùng các tiểu bang khác và xin cho phép chúng con được giới thiệu chung bằng niềm cung kính nhất. (vỗ tay)

- -Cuối cùng chúng con xin được cung kính giới thiệu Ni sư Thích Nữ Giới Hương, trụ trì Chùa Hương Sen cũng là trưởng ban tổ chức đại lễ cùng quý sư cô, Ni chúng chùa Hương Sen. (vỗ tay)

- Chúng tôi xin được giới thiệu Ban Văn Nghệ Đuốc Tuệ, Santa Ana và các Ca sĩ Phật tử miền Nam California (vỗ tay).

- Chúng tôi cũng xin đón tiếp các Phật tử địa phương và các vùng lân cận cùng về tham dự trong buổi lễ sáng hôm nay.

- Vì thời gian có hạn xin được phép giới thiệu chung. (vỗ tay)

- Chúng con xin sám hối nếu trong phần cung nghinh và giới thiệu có thiếu xót, xin quý ngài hoan hỉ tha thứ.

Nam mô Công đức Lâm Bồ Tát Ma ha tát.

6. DIỄN VĂN KHAI MẠC

MC Sc Viên An:

Nam mô Bổn Sư Thích Ca Mâu Ni Phật.

Cung kính ngưỡng bái bạch chư tôn Trưởng lão Hòa thượng chứng minh, quý Ni Trưởng, chư tôn Thiền đức

Tăng Ni

Kính thưa quý thiện nam tín nữ Phật tử,

Không có gốc cành kia sao xanh lá

Không có cành, hoa trái nở từ đâu.

Kỷ niệm về thánh tổ Kiều Đàm Di, để tăng niềm tin cho hậu thế, giúp chúng con học hỏi công hạnh, tô bồi thêm ý chí, nhắc nhở nhau trên con đường tiến tu đạo nghiệp.

Mở đầu cho buổi lễ tưởng niệm sáng hôm nay là diễn văn khai mạc. Chúng con thành kính cung thỉnh **Ni sư Thích Nữ Giới Hương**, trụ trì Chùa Hương Sen, cũng là trưởng ban tổ chức đại lễ tưởng niệm tuyên đọc diễn văn khai mạc.

Xin kính mời Ni sư. (vỗ tay)

... Đọc xong.

Chúng con xin thành kính niệm ân Ni Sư.

MỘT BÀI NHẠC: Để thay đổi chương trình xin kính mời Ban Văn Nghệ Đuốc Tuệ lên hát bài "**Nhớ Ơn Thánh Tổ Kiều Đàm Di.**" (vỗ tay)

Cám ơn Ban văn nghệ Đuốc Tuệ rất nhiều.

7. TUYÊN ĐỌC TIỂU SỬ

MC Sc Phước Nhẫn:

Nam mô Bổn Sư Thích Ca Mâu Ni Phật.

Cung kính ngưỡng bái bạch chư tôn Trưởng lão Hòa thượng chứng minh, quý Ni trưởng, chư tôn Thiền đức

Tăng Ni,

Kính thưa quý thiện nam tín nữ Phật tử,

Ngày xưa vì muốn xuất gia

Kiều Đàm Di Mẫu thiết tha lên đường

Cầu xin Đức Phật xót thương

Cho hàng nữ giới con đường tiến tu.

Quản chi gian khổ nắng mưa

A Nan tôn giả bạch thưa Phật giùm

Thế Tôn đại trí đại hùng

Từ bi lân mẫn, hứa cùng Đàm Di.

Trong giờ phút này đây, khung cảnh ấy như đang sống lại trong lòng ni giới chúng con và bây giờ khoảng khắc thiêng liêng, nhớ về nguồn cội của Ni giới, chúng con thành kính cung thỉnh **Ni sư TN Như Minh**, Tịnh Thất Từ Hạnh, cung tuyên tiểu sử Thánh Ni Kiều Đàm Di.

Xin kính mời Ni sư. (vỗ tay)

... Đọc xong.

Chúng con xin thành kính niệm ân Ni Sư.

8. VĂN TƯỞNG NIỆM

MC Sc Viên An:

Kiều Đàm Di – bậc Thánh Tổ Ni

Mở đường khai lối Từ bi độ đời.

Đức Thánh Tổ Đại Ái Đạo Kiều Đàm Di, Người đã dấn thân vượt khó cầu xin Đức Phật cho phép Ni giới được xuất gia, hội nhập Tăng Đoàn, đã mở ra trang sử rạng ngời cho Ni giới ngày nay. Chúng con đê đầu đảnh lễ cung thỉnh Ni Trưởng TN Như Tịnh, bậc thạch trụ tòng lâm của Ni giới ở Miền Nam California, kính xin Ni trưởng có đôi lời hoài niệm ân xưa của Thánh Tổ Kiều Đàm Di trong dịp tưởng niệm này.

Thành tâm cung thỉnh Ni trưởng. (vỗ tay)

... Đọc xong.

Chúng con xin thành kính niệm ân Ni trưởng.

Nam mô Bổn Sư Thích Ca Mâu Ni Phật.

Nam mô Đương Lai Nhứt Thiết Chúng sanh Hỷ Kiến Phật.

Công ơn Di Mẫu thậm thâm

Lòng thành tưởng niệm thâm ân của người.

Tiếp theo chương trình là Ni Giới Hải Ngoại tưởng niệm. Chúng con xin cung thỉnh **Ni sư Thích Nữ Trung Trí**, trụ trì Chùa Hưng Pháp, thay mặt cho chư ni, lên dâng đôi lời tưởng niệm.

Xin kính mời Ni sư. (vỗ tay)

... Đọc xong.

Chúng con xin thành kính niệm ân Ni Sư.

9. LỄ DÂNG LỤC CÚNG VÀ TIẾN CÚNG CƠM LÊN ĐỨC THÁNH TỔ NI

MC Sc Phước Nhẫn:

Nam mô Bổn Sư Thích Ca Mâu Ni Phật.

Nam mô Đại Ái Đạo Kiều Đàm Di Mẫu tác đại chứng minh.

Chúng con vọng bái ngưỡng cầu

Kiều Đàm Di Mẫu ơn sâu đáp đền

Trà hương quả phẩm dâng lên

Tâm thành nguyện kính một đời báo ân.

Giờ này là lễ cung tiến thánh tổ Ni.

Chúng con thành kính cung thỉnh chư tôn trưởng lão Hòa thượng chứng minh và kính cúng thỉnh quý Ni trưởng, chư tôn thiền đức ni cùng đạo tràng Phật tử khởi thân đứng lên, đồng hướng về lễ đài, để dâng hương tưởng niệm.

Chúng con thành kính cung thỉnh **Ni sư TN Giới Hương cùng quý Ni sư lên** niêm hương bạch Phật.

Xin mời Ban văn nghệ Đuốc Tuệ lên hát bài Trầm Hương Đốt

Nguyện Hương (Ni sư Giới Hương nguyện)

Niêm hương xong (*chỉ mời chư tôn trưởng lão Hòa thượng chứng minh an tọa tại vị, còn chư Ni tiếp tục đồng khởi thân hành lễ tiến cúng*).

MC: Chúng con thành tâm kính mời chư tôn trưởng lão Hòa thượng chứng minh an tọa tại vị, còn chư Ni tiếp tục đồng khởi thân hành lễ tiến cúng).

Xin cung thỉnh Ni sư Nguyên Bổn và ban nghi lễ tiến hành nghi lễ Dâng Lục Cúng và Cúng Cơm.

Ban Nghi lễ xướng:

Đấng pháp vương vô thượng... Chú Đại Bi.... (có nghi riêng)

Tiếp đến là lễ Dâng Lục Cúng.

(*Ban lục cúng 10 vị mang găng tay trắng: 1 kiền chùy, 1 khay lễ, 2 trái cây, 2 hương+đèn, 2 trà + cơm và 2 hoa*)

Xin cung thỉnh Ban Lục Cúng từ từ bước vào hội trường và cung thỉnh ni sư Ni sư Như Minh và Ni sư Chúc

Vân (mang găng tay trắng) tiếp nhận lễ vật. Xin cử nhạc Lục Cúng. (NS Nguyên Bổn xướng từng món thì từng vị mang món nào dâng lên theo đó, theo thứ tự của bài lục cúng).

Đến cúng cơm: Ni sư Giới Hương và ban lục cúng quỳ dâng cơm, dâng nước....

Cúng xong.

Chúng con xin thành kính niệm ân quý Ni sư cùng chư Ni trong ban lục cúng, ban nghi lễ đã tiến cúng Đức Thánh Tổ Ni.

10. HUẤN TỪ
CỦA HÒA THƯỢNG CHỨNG MINH

MC Sc Viên An:

> Xin đốt nén tâm hương mùa Giỗ Tổ
>
> Hướng về Người dâng hết vạn niềm tin
>
> Giới, Định, Tuệ nguyện đời đời kết bạn
>
> Pháp thực hành là tối thượng Tôn vinh...

Chúng con thành tâm bái thỉnh Hòa thượng đạo hiệu Thích Tuệ Uy, Trụ trì Tu viện Liên Hoa Sanh, Big Bear, từ bi ban bố đôi lời pháp nhũ cho chúng con được thập phần viên mãn.

... Xong

Chúng con xin niệm ân Hòa thượng.

-Đáp lại lời thỉnh cầu của chúng con, chư tôn Hòa thượng đã bi mẫn dù Phật sự đa đoan, chúng con xin đê đầu đảnh lễ bằng sự tinh tấn tu tập.

Chúng con nguyện khắc cốt ghi tâm những lời chỉ giáo và những kỳ vọng mà quý ngài hằng mong mỏi. Nguyện xin luôn cùng với chư tôn đức, chung lòng chu toàn các Phật sự mà quý ngài giao phó.

Kính chúc quý ngài phước trí nhị nghiêm và bồ đề quả mãn.

Nam mô Bổn Sư Thích Ca Mâu Ni Phật.

11. TRUYỀN TRAO TUỆ ĐĂNG KIỀU ĐÀM DI CHO ĐƠN VỊ CHÙA ĐĂNG CAI NĂM TỚI

MC Sc Phước Nhẫn:

Cành cành lá lá tiếp nối không ngừng

Tổ đường rực rỡ ánh sáng dương minh.

Với lòng hoài niệm ân xưa, chư Ni miền Nam California chúng con phát nguyện hằng năm đều hân hoan, thành kính tổ chức Đại Lễ Tưởng Niệm Đức Thánh Tổ Kiều Đàm Di để giới thân tuệ mạng của Tổ được lưu truyền đến chúng con, rồi tiếp nối đến các thế hệ về sau và mãi mãi cùng tận vị lai.

Tiếp theo tinh thần Lễ Tưởng Niệm lần thứ nhất năm 2022 và lần thứ nhì năm 2023 tại chùa Phước Quang, rồi lần thứ ba năm 2024 là Chùa Hương Sen. Vậy năm tới 2025 sẽ là đơn vị Chùa nào đứng ra đăng cai?

Kính mời Ni sư TN Giới Hương bước lên Phật điện và xin Ni sư là người tuyên bố cho đại chúng biết đơn vị chùa đăng cai sắp tới.

Ni sư TN Giới Hương phụ trách:

Xin quý vị cho một tràng pháo tay tán thưởng tinh thần

của Ni sư...., Chùa... đã đại lao vì Ni giới mà đứng ra xin đãm nhận trách nhiệm đăng cai Lễ Tưởng Niệm Thánh Tổ Kiều Đàm Di lần thứ tư 2025.

Kính mời Ni sư... bước lên để tiếp nhận Tuệ đăng Kiều Đàm Di về cho đơn vị của mình. Cũng xin Ni sư cho đôi lời cảm nghĩ về việc đăng cai sắp tới...

Kính mời Ni sư. (vỗ tay)

Ni sư nói xong...

Thành tâm tri ân Ni sư đã đãm trách Phật sự lớn và kính chúc Lễ Tưởng Niệm Thánh Tổ Kiều Đàm Di năm 2025 sẽ thành tựu mỹ mãn.

Nam mô A-la-hán Thánh Tổ Đại Ái Đạo Kiều Đàm Di Mẫu tác đại chứng minh.

12. GIẢO LAO

MC Sc Viên An:

Buổi lễ đã hoàn thành viên mãn, chúng con đê đầu cung thỉnh Chư tôn thiền đức Tăng ni nghỉ giải lao 10 phút. Các ngài có thể đi bách bộ ngoài vườn thiền, hít thở không khí trong lành của vùng đồi núi hay ra chiêm ngưỡng thánh tượng Tổ Đại Ái Đại. Trong lúc đó, cho phép ban tổ chức chúng con chuẩn bị hành đường cho chương trình lễ Trai tăng kết tiếp.

Kính mời quý ngài giải lao 10 phút.

13. TRAI TĂNG

MC Sc Phước Nhẫn:

Khóa lễ tưởng niệm và tiến cúng Đức Thánh Tổ Ni

Đại Ái Đạo đến đây đã được viên mãn. Giờ này, chúng con thành kính cung thỉnh chư tôn Hòa Thượng, quý Ni trưởng, Quý Ni sư và chư tôn tịnh đức Ni quang lâm trai đường, theo thứ đệ hạ lạp an tọa, để ban tổ chức chúng con tác pháp cúng dường trai tăng buổi trưa hôm nay.

Kính mời quý Phật tử nán lại để dùng trưa với bổn tự và thưởng thức văn nghệ do Hội Phật Học Đuốc Tuệ cúng dường.

- Kính mời Ni sư TN Chơn Viên dâng lời tác bạch cúng dường Trai Tăng.

... Tác bạch xong.

Vì thời gian đã trể và phương tiện, nên ban tổ chức chúng con kính cung thỉnh Hòa thượng trụ trì Chùa Trí Phước, niệm Phật 3 lần và thỉnh đại tăng dùng cơm.

Hòa thượng niệm Phật 3 lần.

Sc Phước Nhẫn đọc lớn:

Cung thỉnh Chư đại tăng thọ trai.

Đại chúng: A di đà Phật.

14. CẢM TẠ

MC Sc Viên An:

Trong lúc đại tăng thọ trai, xin ban tổ chức tuần tự đến cúng dường và kinh mời Ni sư TN Tâm Nhật lên đọc đôi lời cảm tạ.

Trân trọng kính mời NS TN Tâm Nhật.

Đọc xong...

Chúng con xin niệm ân Ns TN Tâm Nhật.

Và giờ phút này xin giao mic lại cho Ban Văn Nghệ Đuốc Tuệ phụ trách. Cung thỉnh chư Đại Tăng và quý Phật tử dùng cơm ngon miệng và cùng nhau thưởng thức văn nghệ cúng dường.

15. VĂN NGHỆ

16. HỒI HƯỚNG VÀ HOÀN MÃN

DIỄN VĂN KHAI MẠC
LỄ TƯỞNG NIỆM THÁNH TỔ KIỀU ĐÀM DI

Tại Chùa Hương Sen
Thứ Năm ngày 14 tháng 03 năm 2024

Tỳ-kheo-ni TN Giới Hương (cầm mic)
và đệ tử Sư cô TN Viên An
tại Chùa Hương Sen, Riverside, California, USA
ngày 14 tháng 03 năm 2024

- Nam mô Bổn sư Thích Ca Mâu Ni Phật

- Nam mô Đại Thánh Khải Giáo A Nan Đà Tôn Giả

- Nam mô Phật Mẫu Kiều Đàm Di Đại Ái Đạo Tổ Sư tác đại chứng minh,

Ngưỡng bái bạch Chư Tôn đức Nhị Bộ Tăng Già,

Ngưỡng bái bạch Chư Tôn giáo phẩm, chư Trưởng Lão Hòa Thượng

Quý Ni sư và chư Tôn Tịnh Đức Ni,

Kính thưa quý đồng hương Phật tử,

Mùa xuân hoa tỏa lộc khắp nơi

Ni chúng thành tâm đốt nén hương

Tưởng niệm Thánh tổ Người khai sáng

Dẫn dắt Ni lưu thoát ta bà.

Ngược dòng lịch sử cách đây hơn 2600 năm của lịch sử Phật giáo Việt nam, chúng con nhớ đến sự kiện Phật Mẫu Hoàng Hậu Maya xả bỏ báo thân sau khi hạ sanh Thái Tử Sĩ Đạt Đa. Em gái của hoàng hậu là Di Mẫu Kiều Đàm Di đã nuôi dưỡng Thái tử cho đến khi trưởng thành. Năm 29 tuổi, thái Tử xuất gia và năm 35 tuổi thành Phật, hiệu là Thích Ca Mâu Ni.

Từ Bồ-đề-đạo-tràng, Đức Phật đến Lộc Uyển (Sarnath) độ cho năm anh em Kiều Trần Như, thành lập tăng đoàn và từ đó Phật pháp được lan truyền trong và ngoài nước Ấn Độ. Bấy giờ, Di Mẫu Kiều Đàm Di với lòng thành tha thiết, muốn được gia nhập Tăng đoàn. Ngài đã cùng với 500 Hoàng nữ từ Cung thành Ca-tỳ-la-vệ đi đến thành Tỳ-xá-li (Vaishali), nơi Đức Phật và chư Tăng đang cư trú để cầu xin xuất gia. Hành trình cầu đạo của Di Mẫu vô cùng gian khổ, đi chân trần cả trăm dặm, bàn chân rướm máu, chịu bao cảnh mưa gió, nắng bụi, tóc tai quần áo đầy mồ hôi và nước mắt. Cuối cùng, với sự cầu thỉnh của tôn giả A-nan, Đức Phật đã chấp nhận cho người nữ xuất gia và thành lập Ni đoàn.

Đức Phật trở thành vị giáo chủ đầu tiên trên thế giới

đã thành lập Ni đoàn, mở cửa giải thoát cho tất cả người nữ (thuộc mọi tầng lớp, mọi màu da, mọi tôn giáo...) được bình đẳng bước vào dòng họ Thích cùng tắm mát trong dòng sông bình đẳng của Giới-định-tuệ, cùng bước lên nấc thang thánh hiền, thoát sự trói buộc của giai cấp "trọng nam khinh nữ" của Ấn Độ thời bấy giờ.

Từ đó, thành Tỳ-Xá-ly, tiểu bang Uttar Pradesh, Ấn Độ, trở thành nơi thánh địa khởi thủy của Ni đoàn và ngài Kiều Đàm Di Mẫu trở thành vị Sơ Tổ đầu tiên của Ni giới, được Đức Phật ấn chứng **là Đại A-la-hán Kiều Đàm Di Mẫu, Đại Ái Đạo** - Đương Lai Nhất Thiết Chúng Sanh Hỷ Kiến Phật.

Bao nhiêu dòng nước đã trôi qua trên dòng sông sanh tử. Ngày nay, Phật giáo do Đức Phật Thích Ca thành lập đã trở thành Phật giáo toàn cầu và Ni giới cũng hiện diện khắp nơi trên thế giới.

Tại Hoa Kỳ, Phật giáo Việt Nam được du nhập vào giữa thế kỷ 20, nhờ một số Tôn đức Tăng Ni từ Việt Nam sang Hoa Kỳ bằng nhiều phương diện như tôn giáo (R1), đoàn tụ gia đình, du học, tỵ nạn... Kể từ đầu thế kỷ 21 đến nay, chính phủ Hoa Kỳ mở rộng diện Visa R1 truyền giáo, nhiều Chư Ni Việt Nam, đặc biệt các Ni sinh du học ở Ấn Độ, Nhật Bản, Hàn Quốc, Đài Loan, Trung Quốc v.v... đến định cư tại Hoa Kỳ mỗi ngày một đông.

Nói về thế hệ thứ nhất, chư Ni trưởng Việt Nam xuất dương đến Hoa Kỳ trong đợt đầu tiên được biết đến như Cố Ni Trưởng TN Đàm Lựu (CA), Ni Trưởng TN Nguyên Thanh (CA), Ni trưởng TN Kiến Nguyệt (KS), Ni trưởng TN Như Hòa (CA), Ni Trưởng TN Giác Hương (WA), Ni trưởng TN Từ Liên (UT), Ni trưởng TN Huệ Ân (MD), Cố Ni Trưởng TN Diệu Từ (CA), Cố Ni Trưởng TN Như

Nguyện (CA), vv...

Thế hệ thứ hai là quý ni sư trẻ hiện đang Trụ Trì trên khắp nước Mỹ như quý Ni sư đang hiện diện tại đây hay như Ni sư Hiếu Đức (PA), Ni sư Giới Châu (CO), Ni sư Như Tâm (MA), Ni sư Minh Huệ (CA), Ni sư Đồng Kính (CA), Ni sư Như Phương (CA), Ni sư Giới Hương (CA), Ni sư Thuần Tuệ (CA), Ni sư Như Phước/Đàm Nhật (CA), Ni sư Thanh Lương (TX), Ni sư Nguyên Bổn (CA), Ni sư Như Quang (CA), Ni sư Nguyên Thiện (IN), Ni sư Liên Tiến (CA), Ni sư Chơn Viên (CA), Ni sư Nhật Nhan (CA), Ni sư Diệu Phước (CA), Ni sư Diệu Tánh (CA), Ni sư Thiền Tuệ (CA), vv... và nhiều Chư Tôn đức Tịnh Ni khác.

> Giơ tay giở từng trang lịch sử
>
> Như thấy người xưa bỗng hiện về
>
> Thánh Tổ Ni giới còn lưu lại
>
> Dấu vết uy nghi để hậu lai.

Để tri ân và đền ơn Thánh Tổ Ni Giới Kiều Đàm Di và Chư Ni trưởng hữu công cho Phật Giáo Việt Nam, Phật Giáo Hoa Kỳ và trên thế giới, chư Ni tại Hoa Kỳ phát nguyện mỗi năm tổ chức Lễ Tưởng Niệm Sơ Tổ.

Tại miền Nam California, Ni sư Như Quang (Chùa Phước Quang), đã đại lao vì chư Ni tại Hoa Kỳ tổ chức lễ Tưởng niệm Thánh Tổ Ni vào năm 2022 và 2023. Con là Tỳ-kheo-ni Giới Hương xin được đăng cai tổ chức lần thứ ba, năm 2024. Xin **ngọn tuệ đăng Kiều Đàm Di** tiếp nối luân lưu và mỗi năm chư Ni miền Nam California hay khắp nơi trên Hoa Kỳ tiếp nối luân phiên đăng cai tổ chức.

Chùa Hương Sen tọa lạc tại thành phố Perris, quận Riverside, nơi có nhiều đồi núi trọc, ít Phật tử Việt Nam cư trú và không có nhiều chùa. Hôm nay, núi đồi và vùng xa mạc hoang vắng này bỗng sáng rực rỡ với nhiều bóng huỳnh vàng của Chư tôn đức Tăng Ni. Chúng con thật vui mừng trước sự hiện diện quý báu của quý ngài. Thật là "Tăng đáo Phật lai."

Dù Chùa Hương Sen chưa đầy đủ tiện nghi để cung đón Chư tôn thiền đức Tăng Ni cho trang nghiêm, nhưng quý ngài cũng vì mạng mạch của Phật pháp, đặc biệt của Ni giới, mà từ xa xôi về vùng xa hẻo lánh này để chứng minh buổi lễ Tưởng niệm này. Chúng con đảnh lễ tạc dạ tri ân trước lòng từ bi và tình thương bao la mà chư tôn đức nhị bộ tăng già và quý đồng hương Phật tử đã chiếu cố và quang lâm đến vùng đất hẻo lánh này. Dù chúng con hết lòng và nhiệt thành tổ chức, cũng không sao tránh những thiếu sót trong khâu nghinh tiếp và nghi lễ, kính mong Chư tôn trưởng lão, quý Ni sư, đại chúng ni cùng quý Phật tử hoan hỉ cho chúng con.

Hôm nay, ngày 14 tháng 03 *năm 2024*, mùa xuân, nắng ấm, chim hót líu lo đón mừng Chư Tôn Tịnh Đức Ni đã hội đủ nhân duyên tụ hội về Chùa Hương Sen (Perris, Riverside County), tham dự lễ Tưởng Niệm. Chúng con/ chúng tôi cũng vô cùng hân hoan được cung đón Chư Tôn trưởng lão, Hòa thượng, Nhị bộ Tăng già, Chư huynh đệ tỷ muội cùng quý Thiện nam Tín nữ đã dành những thì giờ quý báu, cùng về tham dự lễ Tưởng Niệm. Kính chúc Đạo Tràng trong ngày lễ Tưởng Niệm tràn đầy hoan hỷ, mọi ước nguyện đều được thành tựu, viên mãn.

Giờ này đàn tràng trang nghiêm thanh tịnh, xin thay mặt cho chư Tôn Đức huynh đệ Tỷ Muội và ban Tổ chức, chúng con/ chúng tôi xin được tuyên bố Khai Mạc Lễ Tưởng Niệm Thánh Tổ Kiều Đàm Di được bắt đầu. (vỗ tay)

Nam mô Chư Lịch đại Tổ Sư tiền bối

Nam mô Phật Mẫu Kiều Đàm Di Ni Đại Ái Đạo Tổ Sư tác đại chứng minh.

Mùa Xuân Hương Sen, California

Ngày 14 tháng 03 năm 2024

Kính lễ,

Hậu học: **Thích Nữ Giới Hương**

TIỂU SỬ
THÁNH TỔ ĐẠI ÁI ĐẠO KIỀU ĐÀM DI

Tỳ-kheo-ni TN Như Minh

Nam Mô Bổn Sư Thích Ca Mâu Ni Phật.

Ngưỡng bái bạch trên Chư Tôn Hoà Thượng, Chư Thượng Toạ,

Đại Đức Tăng, Quý Ni Trưởng, Quý Ni Sư, Chư Tôn Thiền Đức Ni, Nhị Bộ chứng minh,

Kính thưa Quý Đồng Hương Phật Tử xa gần thân thương,

Kính thưa toàn thể Đạo Tràng đang hiện diện trong Đại Lễ Tưởng Niệm Đại Ái Đạo Kiều Đàm Di,

Kính bạch quý Ngài, kính thưa Quý Liệt Vị,

Con Tỳ-kheo-ni Thích Nữ Như Minh, xin phép được đại lao cho chư Tôn Thiền Đức Ni, cung tuyên "Tiểu Sử

Đức Thánh Tổ Ni Đại Ái Đạo Kiều Đàm Di.” Đức Thánh Tổ Ni Kiều Đàm Di, Người khai sáng Ni giới, mở ra chân trời giải thoát cho những người con gái của Đức Phật. Hơn 25 thế kỷ trôi qua, đi theo bước chân của Ngài, hàng nữ lưu trên thế giới ở khắp năm Châu, bốn Bể, dù ở bất cứ giai cấp sang giàu hay nghèo hèn, già cả hay thiếu nữ ... đều được thấm nhuần hương vị giải thoát ngọt ngào của Chánh Pháp.

Lật từng trang lịch sử, chúng con vô cùng xúc động, rơi lệ, thương kính, tri ân biết bao nhiêu với cuộc hành trình vĩ đại của Đức Thánh Tổ Ni Kiều Đàm Di. Nếu ngày ấy, không có sự hy sinh, kiên trì, nỗ lực, quyết tâm tha thiết của Ngài, thì hôm nay chúng con không được cái diễm phúc lớn lao trong cuộc đời của người nữ, được dự vào hàng Tứ Chúng của Đức Phật, là những người con gái chính thống của Từ Phụ Thích Ca Mâu Ni.

Nhân dịp Đại Lễ Tưởng Niệm Đức Thánh Tổ Ni Kiều Đàm Di, chúng con cùng nhau hướng về Di ảnh của Ngài, xin thắp nén tâm hương, thành kính đọc lại đôi dòng lịch sử của Ngài.

Đức Thánh Tổ Ni Đại Ái Đạo Kiều Đàm Di, họ tên đầy đủ là Ma-ha-ba-xà-ba-đề (Mahapajapati Gotami). Ngài là công chúa, con của vua Thiện Giác, là em gái của Hoàng Hậu Maha Maya. Khi Hoàng Hậu Maya đản sinh Thái tử Tất Đạt Đa được bảy ngày, thì Hoàng Hậu Maya băng hà. Vua Tịnh Phạn đưa Di mẫu Gotami lên làm Hoàng Hậu. Di mẫu hết dạ yêu thương, nuôi dưỡng và chăm sóc cho Thái tử Tất Đạt Đa. Khi di mẫu hạ sinh hoàng nam Nan Đà và công chúa Tôn Đà La, Nan Đà còn gọi là Nan Đà Hoa Khôi. Ngài đã giao các con của mình cho các thị nữ chăm sóc. Chính bản thân Di mẫu đã nuôi nấng, chăm sóc và vô cùng thương yêu Thái tử Tất Đạt Đa cho đến ngày khôn lớn. Người đã cùng vua Tịnh Phạn chăm lo hôn nhân tốt đẹp cho Thá tử Tất Đạt Đa và công chúa Da Du Đà La. Đến tuổi trưởng thành, khi Thái tử tầm đạo, xuất gia, tu tập và chứng thành quả vị Vô Thượng Chánh Đẳng Chánh Giác. Sau khi thành Đạo, vài năm sau Đức Thế Tôn trở về thành Ca Tỳ La Vệ, Ngài thuyết Pháp độ cho vua Cha, Di mẫu và cả hoàng tộc Thích Ca. Trong những giờ phút cuối cùng, vua Tịnh Phạn được nghe Đức Phật thuyết pháp đã chứng được Thánh qủa A La Hán.

Trong bài Kinh Trì Pháp Túc Sanh truyện, Di mẫu nghe bài Pháp của Đức Phật liền chứng được Sơ quả Tu Đà Hoàn. Với trí tuệ thông minh của người hiền trí, Di mẫu thấm nhuần được Chánh Pháp của Thế Tôn, trải nghiệm được niềm vui tịch tịnh trong Chánh Pháp, Ngài dõng mãnh, tín tâm kiên cố, quyết chí thực hiện cuộc hành trình vĩ đại từ bỏ tất cả mọi vinh hoa, phú quý, ngũ dục của thế gian, để xuất gia.

Theo sử truyện, lúc ấy vào mùa hạ thứ năm sau ngày Thành Đạo, Đức Phật đang ngự tại vườn Ni Câu Luật, thành Ca Tỳ La Vệ, Di mẫu lần đầu tiên đã đến xin Đức Phật cho phép Nữ Giới được xuất gia. Di mẫu thưa: "Bạch Đức Thế Tôn, sẽ là một hạnh phúc lớn cho nữ giới, nếu Thế Tôn chấp nhận cho người nữ từ bỏ gia đình, sống đời sống không gia đình, khép mình vào khuôn khổ giáo pháp của Đức Như Lai.» Đức Phật đã từ chối, mà không nêu lý do. Lần thứ hai rồi lần thứ ba, Di mẫu lặp lại lời thỉnh nguyện. Mặc dầu thiết tha thỉnh cầu đến ba lần như vậy, Ngài vẫn bị Đức Thế Tôn một mực từ chối. Nước mắt ràn rụa, Ngài đành ra về.

Sau khi rời thành Ca-Tỳ-La-Vệ, Đức Phật đi đến thành

Tỳ Xá Ly, ngụ tại Tinh Xá Đại Lâm. Di mẫu vẫn nuôi quyết tâm thực hiện cho kỳ được chí nguyện xuất gia, mở ra con đường sáng cho chính mình và cho tất cả hàng nữ lưu. Di mẫu cùng 500 người nữ dòng họ Thích Ca, tự mình xuống tóc, khoác áo nhuộm vàng, đi bộ từ thành Ca Tỳ La Vệ đến thành Tỳ Xá Ly, khoảng đường dài hơn 200 cây số. Đoàn người nữ hoàng tộc xưa nay vốn chưa quen gian khổ, đã bền bỉ ngày nắng, đêm sương, gian khổ theo chân Di mẫu cần cầu giải thoát. Với đôi chân sưng vù, rướm máu, thân mình lấm bụi đất, gian khổ tột cùng. Di mẫu cùng 500 người nữ nép mình bên cổng buồn khổ, đau thương. Tôn giả A Nan biết được ý nguyện của Di mẫu, cố gắng ba lần cầu thỉnh Đức Phật cho phép người nữ xuất gia. Sau lần cầu thỉnh thứ ba của Ngài A Nan, Đức Phật đồng ý cho người nữ xuất gia. Phật bảo:

"Này A Nan, nếu Di mẫu Kiều-Đàm-Di chấp thuận vâng giữ Bát Kính Pháp, Di mẫu sẽ được phép thành lập Giáo đoàn Tỳ Kheo Ni." Ngay sau đó, Di mẫu Kiều-đàm-di và 500 người nữ dòng tộc Thích Ca được Đức Phật cho phép thọ Đại giới, trở thành những vị Tỳ Kheo Ni đầu tiên của giáo đoàn Ni. Đức Phật cũng trở thành vị giáo chủ đầu tiên trong lịch sử cho phép thành lập Ni đoàn, sự kiện này được xem là **một cuộc cách mạng vĩ đại nhất thời bấy giờ tại đất nước Ấn Độ.**

Sau khi thọ lãnh, tu tập Bát Kính Pháp với nhiệt tâm tinh cần, Di mẫu xin Đức Thế Tôn chỉ dạy để có thể thành tựu mục tiêu tối hậu. Đức Phật giáo huấn và ban cho đề mục thiền định. Chỉ trong thời gian ngắn, Di mẫu tinh cần tu tập và chứng đắc Thánh quả A-la-hán và 500 vị Tỳ Kheo Ni cũng lần lượt chứng quả A-la-hán. Một hôm, tại tinh xá Kỳ Viên, Đức Phật xác nhận Di mẫu Kiều-Đàm-Di là vị "Thánh Kinh Nghiệm Đệ Nhất," sống hưởng thọ, hạnh phúc, giải thoát, Niết Bàn. Di mẫu Đại-Ái-Đạo Kiều-Đàm-Di tuyên bố chánh trí của mình và tán thán hạnh đức của Đức Thế Tôn để nói lên lòng biết ơn của Ngài như sau:

Bậc Giác ngộ vĩ đại!

Con xin đảnh lễ Ngài.

Ngài là Bậc Tối Thượng

Giữa mọi loài chúng sanh

Cùng rất nhiều người khác...

Từ đó, giáo đoàn Tỳ Kheo Ni đầu tiên đã thành tựu ý nghĩa đời sống phạm hạnh, khơi mở nguồn vi diệu của Chánh Pháp và hướng dẫn cho biết bao người nữ đến với con đường giải thoát. Từ Xá Vệ đến Tỳ Xá Ly, từ chốn hoàng cung, đến thành thị hay thôn quê dân dã, những nữ lưu thời Tăng đoàn, đều được Đức Phật trao cho Di mẫu.

Với tư cách là người đứng đầu của giáo đoàn Tỳ Kheo Ni, Ngài đã hướng dẫn nếp sống xuất thế gian, sống đời phạm hạnh, giải thoát cho tất cả Ni giới thời bấy giờ. Tỳ Kheo Ni Kiều Đàm Di là bậc trưởng lão Ni về Đức hạnh. Ngài hướng dẫn, truyền trao kinh nghiệm tu tập, Ngài luôn từ ái đối với tất cả Ni chúng. Nếu như trong Giáo hội chúng Tỳ Kheo Tăng, có nhiều bậc Trưởng Lão Tăng thành tựu bậc nhất về Trí Tuệ, Thần Thông, Đa Văn, Đầu Đà... thì trong chúng hội giáo đoàn Tỳ Kheo Ni, lúc bấy giờ cũng có rất nhiều bậc Trưởng Lão Ni, thành tựu bậc Nhất về những công hạnh thù thắng ấy.

Chúng ta nghe Trưởng Lão Tăng Kệ ca ngợi, tán thán những bậc Trưởng Lão Tăng, thì Trưởng Lão Ni Kệ ca ngợi, tán thán những bậc Trưởng Lão Ni xuất chúng. Tất cả đều ung dung tự tại bước vào Đạo lộ Giải Thoát sáng ngời cõi nhân thiên. Đến khi Đức Thế Tôn ở Tỳ Xá Ly tuyên bố, không quá ba tháng sau, sẽ nhập Niết Bàn tại Ta La song thọ, xứ Câu Thi Na. Di mẫu nghĩ rằng: "Ta không kham nhẫn nhìn thấy Như Lai diệt độ, ta nên diệt độ trước." Nữ tôn giả đã đến xin phép Phật nhập diệt trước và được chấp nhận. Năm ấy, Trưởng Lão Ni Kiều Đàm Di cũng đã được 120 tuổi. Sau khi Di mẫu công bố với Ni đoàn về quyết định nhập diệt của mình thì 500 vị Tỳ Kheo Ni cũng nguyện nhập diệt theo.

Trở về Tinh Xá, Ngài thực hiện các phép thần biến ở trên không: đi, đứng, nằm, ngồi, dưới đất thân phát ra lửa, nước, tuôn chảy như đại dương, đưa tay che mặt trời, mặt trăng. Rồi cùng 500 vị Thánh Ni đồng thời nhập Niết Bàn. Chính Đức Thế Tôn trực tiếp đưa nhục thân Di mẫu Kiều Đàm Di đến chỗ hoả thiêu, lấy gỗ chiên đàn chất lên trên thân Di mẫu, và chủ trì lễ trà tỳ. Xá lợi của Bậc Thánh Tổ Ni Kiều Đàm Di cùng 500 vị Tỳ Kheo Ni được xây tháp Phụng thờ. Giữa Chúng hội, Đức Phật tuyên bố:

"Đây là xá lợi của Tỳ Kheo Ni Gotami, một bậc trượng phu.

Những gì Trượng Phu làm được, Tỳ Kheo Ni Gotami đều làm được."

Hơn thế nữa trong Kinh Pháp Hoa, Đức Phật đã Thọ Ký cho Ngài trở thành một vị Phật. Trong tương lai với danh hiệu NHỨT THIẾT CHÚNG SANH HỶ KIẾN PHẬT.

Cuộc đời của Đức Di Mẫu đã thành tựu trọn vẹn, viên mãn, thân hai nghiêm Phước Trí, vượt qua biển khổ sinh tử, không còn tái sanh, chứng nhập Vô Dư Niết Bàn, tương lai thành bậc Chánh Giác. Công Hạnh và Ân Đức của Ngài đã để lại cho hàng Ni lưu hậu thế vô cùng to lớn. Chính nhờ lòng kiên trì, bi mẫn, lòng nhiệt tâm, tinh cần, tha thiết với con đường giải thoát, xuất trần Thượng Sĩ, Ngài đã vượt qua biết bao thử thách, gian khổ trong buổi đầu, khai mở cánh cửa Chánh Pháp, để cho tất cả Nữ giới được bước vào con đường tu tập, phát triển Tuệ Giác, chứng nhập vô sanh, vị lai thành Phật.

Hôm nay nhân Đại Lễ Tưởng Niệm Đức Thánh Tổ Ni Đại Ái Đạo Kiều Đàm Di, chúng con kính đọc đôi dòng lịch sử của Ngài, để hàng hậu học chúng con nhớ về nguồn cội Ni đoàn, nhớ về Ân đức và công hạnh tuyệt vời của Người xưa. Chúng con nguyện noi gương Đức Thánh Tổ Ni Kiều Đàm Di, theo dấu Người xưa, nổ lực tinh tấn tu hành, gìn giữ và phát huy ngôi nhà Phật Pháp của Ni lưu muôn thuở, làm lợi lạc cho khắp pháp giới chúng sanh.

Nam mô Đương Lai Nhứt Thiết Chúng Sanh
Hỷ Kiến Phật tác đại chứng minh.

VĂN TƯỞNG NIỆM

Ni trưởng Thích Nữ Như Tịnh

Nam Mô Bổn Sư Thích Ca Mâu Ni Phật.

Ngưỡng bái bạch Chư Tôn Hòa Thượng,

Thượng Toạ, Đại đức tăng, quý Ni Trưởng, quý Ni sư,

cùng toàn thể đại chúng, thiện nam tín nữ hiện diện hôm nay,

Con hân hạnh được Ni sư trụ trì chùa Hương Sen cho phép con được lên đây, nói vài lời tưởng niệm Thánh Tổ Kiều Đàm Di. Thú thật, chúng con ở Việt Nam thì Chùa Từ Nghiêm, Chùa Huê Lâm... thường tổ chức lễ Thánh Tổ Kiều Đàm Di. Chúng con ở Bà Rịa, Vũng Tàu và nhiều Ni trưởng, Ni sư từ Miền Tây, lục tỉnh... cùng rủ nhau về và tụ họp ở chùa Từ Nghiêm số lên đến cả ngàn vị ni (không có chư tăng). Đây cũng là dịp huynh đệ tỷ muội gặp nhau chia sẻ Phật sự.

Bây giờ con đang trú ở tiểu bang California, Hoa Kỳ. Con thấy quý Ni sư thật là cao quý, nhất là Ni sư Như Quang và Ni sư Như Minh tổ chức lễ tưởng niệm liên tiếp hai năm 2022 và 2023 và năm nay 2024, Ni sư Giới Hương đứng ra đăng cai, con rất tán thán công đức của quý Ni sư rất nhiều, bởi lẽ quý Ni sư đã nhớ về cội nguồn và làm tưởng niệm cho những Ni chúng ở Hoa Kỳ này, biết đến lịch sử của Đại Ái Đạo Kiều Đàm Di Tỷ-kheo-ni của chúng ta.

Do đó, ngày nay trong lễ tưởng niệm này, con rất là cảm động cung kính đảnh lễ Mười Phương Chư Phật, Chư Hiền Thánh Tăng hộ trì gia hộ cho quý Ni sư mỗi năm tiếp tục tổ chức tưởng niệm bậc tổ sư của mình. Chúng ta áp dụng giáo lý của Đức Phật chỉ dạy cho Ni giới, luật tỳ-kheo-ni, bát kính pháp, đường lối của người Ni mà tu tập và luôn luôn nhớ rằng chúng xuất gia ni giới có được là nhờ Thánh Tổ Kiều Đàm Di lần đầu tiên ngài đã quỳ xuống để mà cầu xin Đức Phật thành lập Ni giới, để ngày nay toàn thể Ni giới chúng ta được tu tập. Có nhiều vị Ni trưởng rất đạo hạnh, tu tập tinh tấn và cũng có nhiều vị Ni, khi xả báo thân về Phật, cũng lưu lại nhiều xá lợi, chứ không phải bên Tăng mới có. (đại chúng vỗ tay)

Thế nên, Ni giới của chúng ta hiện nay, theo bước tổ, phải kiên trì tu tập nhiều hơn, bởi lẽ nghiệp của người nữ rất nặng, ghen ty, ái nhiễm... như Đức Phật nói "Vui trong chốc lát nhưng lại hay sanh ác ý." Quý vị học luật nhớ bên Tăng, quý ngài được vô ra bảy lần (hoàn tục, rồi vào chùa lại), tu vẫn được giải thoát, còn người nữ nghiệp nặng, nhưng nếu mạnh mẽ thì chúng ta cũng có thể giải thoát như bên Tăng không khác. (đại chúng vỗ tay)

Nam Mô A Di Đà Phật, mỗi tháng có hai lần tụng giới,

quý ni sư phải nhớ phục nguyện:

Giới tu Bát kỉnh Kiều Đàm Di Ni Phái trường tồn

Viên thành thượng khí phấn thích hải côn bằng chi mảnh hỷ

Xuất thiền long lâm tượng chi oai nghi

Chỉ nhân nhân tánh cụ tướng Phật đồng quy

Tu học giả tông thuyết giai không thông u hiển

Kiến văn phổ lợi tam thiên thế giới vạn ức chúng sanh,

tình dữ vô tình, đồng thành Phật đạo.

Tạm dịch:

Giữ Tám Pháp Bát Kính
cho Ni Giới Kiều Đàm Di trường tồn

Hoàn thành chí nguyện xuất thế khiến đại chúng vui mừng

Oai Nghi tế hạnh biểu thị những bậc long trượng

Tánh tướng Phật tâm đầy đủ đồng nguồn

Học pháp giả không hiển bày lý u hiển

Thấy nghe Phật pháp khiến vô số chúng sanh,

Hữu tình, vô tình trong ba ngàn thế giới,
đồng thành Phật đạo.

Quý vị phải nhớ bài kệ này mà tiến tu. Ngày hôm nay tôi không khỏe lắm, nhưng cũng phải ráng lên đây, để tán thán công đức của quý Ni sư tiếp nối giổ Tổ và hiện giờ là công đức của Ni sư Giới Hương. Chùa Hương Sen ở vùng quê, xa phố thị, xa cộng đồng người Việt, mà tạo dựng được cơ ngơi rộng rãi, thanh nhã như thế này mà một mình, không biết có nhiều huynh đệ giúp đỡ hay nhờ toàn phật tử thôi. Lên đây thấy đạo tràng Hương Sen mộc mạc đơn giản nhưng rất nghiêm trang thì xin tán thán Ni sư Giới Hương, Chư Ni và Phật tử rất nhiều.

Cầu nguyện cho Ni sư và Ni chúng Hương Sen mãi mãi được vững chải trên đường giải thoát, để tiếp dẫn hậu lai báo phật ân đức và cầu nguyện cho quý Hòa thượng, Thượng Toạ, Đại đức Tăng ni pháp thể khinh an, tuệ đăng thường chiếu, Phật sự viên thành mãi mãi. Quý ngài luôn là bóng cây bóng đại thọ cho chúng con nương tựa để tu học giải thoát và cầu nguyện cho thiện nam tín nữ, vạn sự cát tường như ý và thân tâm thường lạc.

Nam Mô Kiều Đàm Di Ni Phái
trường tồn tác đại chứng minh.

CÔNG ĐỨC KHAI SÁNG
ƯƠM MẦM NI GIỚI

Tỳ-kheo-ni TN Trung Trí

Nam Mô Trung Thiên Giáo Chủ điều Ngự Bổn Sư Thích Ca Mâu Ni Phật tác đại chứng minh

Kính Lạy Ngài Đại Ái Đạo Kiều Đàm Di Mẫu chứng minh

Kính bạch chư Tôn Hoà Thượng Chứng Minh – Chư Tôn Đức Ni, cùng toàn thể tứ chúng Phật Tử có mặt trong buổi lễ hôm nay.

Đạo Lý uống nước nhớ nguồn là một đạo lý vô cùng chủ động và sâu thẳm có giá trị về mặt đạo đức vô cùng ý nghĩa của người Đông phương nói chung và người Việt nam nói riêng, đạo lý uống nước nhớ nguồn này được thông qua bằng hình thức kỷ niệm, tưởng niệm và ghi nhận công trạng đối với các bậc Tiền Bối hữu công; Vào những dịp này, toàn thể bậc hậu học cùng nhau vân tập, cùng nhau ôn lại và vinh danh công trạng cao cả mà các bậc tiền bối đã dày công tạo dựng nhằm đền đáp một phần công ơn hi hiến, và cũng nhằm nhắc nhở bản thân mình phải khắc cốt ghi tâm và cố gắng noi theo những tấm gương cao cả đầy nhiệt huyết ấy để làm tư lương trong hành trình kế tiếp của đời mình.

Đối với hàng xuất gia, đạo lý " ẩm thuỷ tư nguyên " cũng không khác với đạo lý "uống nước nhớ nguồn" cho mấy, Ẩm thuỷ tư nguyên là một đạo lý thâm sâu không thể thiếu trong đời sống tu tập của hai chúng xuất gia đệ tử Phật, mang ý nghĩa mạch nguồn của dòng chảy liên tục từ đầu nguồn đến cuối sông và dòng chảy đó chưa bao giờ dừng lại ở một điểm nhất định nào, chúng luôn tự vận hành chuyển động từ đời này qua đời khác, từ điểm này qua điểm khác không hề bị gián đoạn.

Chính vì hiểu rõ ý nghĩa của câu "uống nước nhớ nguồn hay ẩm thuỷ tư nguyên" mà hôm nay hàng ni Chúng tại miền nam Hoa Kỳ thuộc tiểu bang California chúng con cùng nhau tề tựu tại chùa Hương Sen, thành phố Perris, quận Riverside, đốt nén tâm hương, dâng lễ tưởng niệm lần thứ ba đức Thánh Tổ Kiều Đàm Di tại Hoa Kỳ, người đã có công xin lạy đức Phật để tác thành Ni giới thời bấy giờ và truyền đến ngày hôm nay.

Trong bầu không khí trang nghiêm - thanh tịnh đầy đạo tình ấm áp, với sự tham dự đông đủ của chư tôn Hoà Thượng- Thượng Toạ- Đại Đức tăng chứng minh, hàng Ni Lưu chúng con xin hướng về mười phương chư Phật, chư vị thánh tử đạo, chư vị tiền bối hữu công xây dựng và bảo vệ đạo pháp, xin dâng lên tấm lòng tôn kính tri ân: trước hết chúng con xin hướng về Đức Phật Bổn Sư Thích Ca

Mâu Ni, cúi đầu đãnh lễ tri ân, bậc giác ngộ cao cả, đã khai sáng và mở ra con đường thắp sáng tri kiến cho chúng con có nơi nương tựa đời mình; chúng con xin hướng về đức Thánh Tổ Đại Ái Đạo Kiều Đàm Di lời tri ân đến công đức khai sáng ươm mầm ni giới từ thời đức Phật cho đến ngày hôm nay; chúng con xin hướng về chư vị Thánh Tử Đạo, người đã không tiếc thân mạng hi sinh để bảo vệ cho đạo pháp trường tồn; xin tri ân các bậc tiền bối hữu công xây đắp và giữ vững niềm tin đạo pháp cho chúng con dù Phật Giáo đã bao phen đối đầu với những bất công, những khó khăn thách thức trên con đường hoằng pháp của mình; Chúng con cũng không quên hướng về hiện tiền chư tôn đức Tăng, xin tri ân sự bảo bọc che chở của các ngài đối với ni chúng chúng con, để cho chúng con hôm nay vẫn còn cơ hội, vẫn còn niềm tin vững bước trên con đường chí nguyện xuất trần của chính mình.

Bằng tất cả tâm lòng cung kính tri ân, chúng con bậc ni lưu hậu học xin chúc nguyện cho đạo pháp mãi trường tồn, Tăng Ni Tín đồ tứ chúng vẫn mãi một lòng tin kiên cố đối sắc son với Tam Bảo, cùng nhau băng qua cửa sinh tử, vượt mọi chông gai nhằm nâng cao chí nguyện bồ tát hạnh của mình.

Cuối cùng, con xin kính nguyện chư tôn Giáo Phẩm chứng minh, chư tôn đức Tăng Ni luôn thân khoẻ tâm an, mãi mãi là những bóng đại thọ cho tứ chúng hậu học chúng con nương nhờ; kính chúc quý vị đạo hữu Phật Tử luôn an lành – bất biến trong niềm tin đối với chư Phật.

Nam mô Bổn Sư Thích Ca Mâu Ni Phật Chứng minh.

LỄ DÂNG LỤC CÚNG VÀ TIẾN CÚNG CƠM

Ni sư TN Nguyên Bổn, Ni sư TN Trung Trí,
Ni sư TN Như Minh, Ni sư TN Chúc Viên
và Quý sư cô trong ban Lục Cúng

DÂNG QUẢ

Chúng con vọng bái ngưỡng cầu
Kiều Đàm Di Mẫu ơn sâu đáp đền
Trà hương, quả phẩm dâng lên
Tâm thành nguyện kính một đời báo ân. (o)

DÂNG HƯƠNG

Hương xông khắp cả mười phương
Thành tâm nguyện hướng cúng dường tổ ni
Lòng từ độ lượng dung nghi
Giới hương lan tỏa hành trì Như Lai. (o)

DÂNG ĐÈN

Đăng trí tuệ khơi nguồn Bát Nhã
Hạnh từ bi độ khắp muôn loài
Đèn thền tỏa rạng cao xa
Dẫn đường Ni giới ngồi tòa pháp thân. (o)

DÂNG TRÀ

Tâm thành nguyện kính dâng lên
Trà hương, quả phẩm ân đền Thánh Ni
Chúng con một dạ bước đi
Nguyện noi gương hạnh Tổ Ni muôn đời. (o)

DÂNG HOA

Hoa rực rỡ giữa vườn giải thoát
Hạnh nữ nhi bát ngát hương thơm
Lòng trần thoát tục vừa đơm
Nở hoa thánh quả tâm phàm xả ly. (o)

DÂNG CƠM

Cơm Hương Tích kính dâng Di Mẫu
Nghĩa đạo mãi khắc đậm ngàn năm
Chúng con nguyện đáp ơn đầu
Tiến tu đạo nghiệp thấu tình ân sâu. (ooo)[1]

---

1. Xin xem chi tiết cuốn Nghi Cúng Thức Thánh Tổ Kiều Đàm Di. Số 89 của Tủ Sách Bảo Anh Lạc. Chùa Hương Sen. 2024. Trang 55-75.

HUẤN TỪ CỦA CHƯ TÔN HÒA THƯỢNG CHỨNG MINH

Hòa Thượng Thích Tuệ Uy

Nam Mô Bổn Sư Thích Ca Mâu Ni Phật

Kính bạch chư Tôn Đức Tăng,

Kính bạch chư Tôn Đức Ni,

Kính thưa ban tổ chức, đặc biệt là Ni sư TN Giới Hương cùng toàn thể quý đồng hương đồng bào phật tử,

Trước hết, tôi xin đảnh lễ vị Tổ Ma-ha-ba-xà-ba-đề Đại-ái-đạo Thánh Ni Tôn Giả,

Kính thưa đại chúng, hôm nay đáng lẽ Hòa Thượng Thích Phước Thuận và Hòa Thượng Thích Minh Dung sẽ đại diện lên đây để ban huấn từ, nhưng mà quý ngài do sức khỏe không đến được, do vậy hôm nay Thầy Tuệ Uy mạo muội được ban tổ chức mời lên đây để phát biểu.

Hôm nay đứng trước chư Tôn Đức Ni, đặc biệt chúng tôi là Tăng như Sư bà Tu Viện Đại Bi vừa nói là ở Việt Nam, không có hiện diện chư Tôn Đức Tăng trong buổi lễ sơ Tổ Kiều Đàm Di. Hôm nay chư Tôn Đức tăng chúng tôi như hoa lạc giữa rừng hương, mình trở thành thiểu số (đại chúng vỗ tay). Thật rất hoan hỷ và vinh dự vô cùng. Một lần nữa cảm ơn ban tổ chức cùng chư Tôn Đức tăng đến tham dự với chư Tôn Đức ni.

Kính thưa quý vị, trước bàn thờ chúng ta thấy có hai câu là:

Ái Gia Phong Nghìn Năm Còn In Dấu,

Gương Sáng Ngời Thánh Tổ Kiều Đàm Di.

Như vậy, chứng tỏ tên của tổ là Ái Gia Phong. Tất cả Chư ni đây đều là Ái Đạo Family, một gia đình mộ đạo, sùng đạo, tin đạo, chứng đạo và sống đạo, Ngài mới đạt được Ái Đạo. Ái Đạo đây không phải Ái Đạo đơn sơ mà ái đạo đến thâm sâu, đặc biệt lúc xuất gia.

Hồi nảy, chư Tôn Đức ni đã đọc tiểu sử. Chúng ta thấy cảm động vô cùng, khi tổ ba lần xin xuất gia, nhưng bị Đức Phật từ chối. Cuối cùng, ngài A Nan đảnh lễ cầu xin Đức Phật cho Chư Ni xuất gia, Đức Phật đồng ý. Từ đó, tăng đoàn Đức Phật có thêm những nữ đệ tử, những người con gái của Đức Phật, giúp cho bánh xe pháp được rộng ra, đặc biệt là ở đất nước xứ Hoa Kỳ này. Hôm nay, Thầy Tuệ Uy được tham dự buổi lễ tưởng niệm lần thứ ba tổ chức tại Chùa Hương Sen, trong khi ngoài trời hội trường Chùa Hương Sen nổi gió. Gió này không phải là gió thường, mà là gió của Đức Bồ Tát Quán Thế Âm khởi lên, ai mà được gió này xúc chạm thì thiện căn tăng trưởng, nên tất cả chúng ta thật lợi lạc!

Hôm nay, chư tăng được cùng với chư tôn tịnh đức ni nhiễu quanh tượng Thánh Tổ Ni Kiều Đàm Di và được từng bước thiền hành trên mảnh đất này, rất thanh tịnh và tràn đầy cảm xúc. Nguyện cầu cho chùa Hương Sen, bản vẽ sẽ sớm được thành tựu, nơi đây xứng đáng là một đại tùng lâm của Chư ni, cho phật tử cùng chư ni về tu tập và thuyết pháp độ sanh.

Thưa đại chúng, trở lại Thánh Tổ Kiều-đàm-di, ngài thật tuyệt vời! Những người thế gian buôn bán, họ muốn trở nên giàu có, còn những nữ đệ tử, con gái của Đức Thế Tôn xuất gia thì muốn chứng đạo. Ngoài xã hội, nhiều nhà hàng kinh doanh, họ muốn thành công danh vọng, còn ni chúng tu đạo cũng vậy, tu phải chứng đạo như Thánh Tổ. Trước khi nhập diệt, năm trăm vị Tỳ-kheo-ni bay lên không trung, trên thân ra lửa, dưới thân ra nước, tay chạm vào mặt trăng thấy lửa sáng vùn vụt... Chư ni phải chứng đạo và sáng đạo thì mới đền đáp được công ơn của Sơ tổ. Như Sư bà Tu viện Đại Bi nói thời Đức Phật Thích Ca Mâu Ni, Chư Tăng đã chứng đạo và cũng có nhiều chư Tôn Đức ni nữa cũng chứng đạo. Đặc biệt, các bậc thầy lớn đã tiên đoán rằng thời đại này là của chư ni, nữ giới. Ngoài xã hội, cũng có nữ Tổng thống và nữ Phó Tổng thống; các nghành nghề khác bên ngoài, phái nữ đóng nhiều vai trò quan trọng đưa đến thành công. Tương lai nằm trong tay chư tôn tịnh đức Ni. Bên Đài Loan, chư Tôn Đức ni hoạt động rất tích cực, hiệu quả và lãnh đạo Phật giáo rất thành công. Chúng ta tin Bồ Tát Quán Thế Âm hóa thân trong Thánh Tổ Kiều Đàm Di. Phật pháp tại Hoa Kỳ phát triển và tất cả ni chúng tu tập đều chứng quả như bao vị thánh tăng khác.

Hôm nay, trước di ảnh sơ Tổ Kiều Đàm Di cũng như

trước 500 vị thánh nữ A-la-hán, Chư tôn tịnh đức ni đã đọc những bài phát nguyện, những bài lục cúng và dâng cơm rất trang nghiêm và hiếu kính đối với bậc tổ sư của mình. Chúng tôi một lần nữa tán thán công hạnh của tất cả chư tôn tịnh đức Ni, đặc biệt Ni sư Thích Nữ Giới Hương.

Ngài Đại Ái Đạo Kiều Đàm Di được Đức Phật thọ ký là Nhất Thiết Chúng Sanh Hỷ Kiến Phật. Tại sao được danh hiệu như vậy? Chứng tỏ sơ tổ tu hạnh thấy ai, ngài cũng đều hoan hỷ, trìu mến, ban tình thương và hiểu biết, còn mình thấy ai thì hay khởi giận dữ, ganh tị, đố kỵ, nhất là giới nữ... Nếu những đệ tử của Đức Phật không thương nhau, không ủng hộ nhau thì làm sao người ngoại đạo và những người hàng xóm thương mình được, cho nên học hạnh của Thánh Tổ Đại Ái Đạo phải hỷ xả, hoan hỉ... để được thành Hỷ Kiến Phật và thành con cháu của Tổ.

Kính nguyện chư Tôn Đức ni mỗi ngày mỗi phát triển giúp cho Giáo Hội, cho Tăng Đoàn Việt Nam tại Hải Ngoại nói riêng và trên thế giới nói chung. Chúng sanh khắp nơi hưởng được vị pháp nhũ của chư Tôn Đức ni. Hãy cùng nhau đóng góp chia sẻ những cái hiểu biết hoằng pháp của mình, bỏ đi tất cả những dị biệt, dị nghị... như gió bát phong không động. Những được mất, khen chê, khổ vui, thăng trầm... không khiến tâm chúng ta xao động, chùn bước, thay đổi lý tưởng. Ni giới quỳ trước Thánh Tổ Kiều Đàm Di, hãy tự hào là con gái của Thánh Tổ Đại Ái Đạo.

Một lần nữa cảm ơn ban tổ chức đã cho Thầy nói chuyện, kính chúc chư Tôn Đức ni một buổi lễ thật nhiều pháp lạc cũng như Phật sự quý ngài tại địa phương ngày càng phát triển. Kính chúc tất cả phật tử bổn đạo thân tâm thường an lạc và hộ trì cho Ni giới thành tựu chí nguyện giải thoát và độ sanh.

Nam Mô Bổn Sư Thích Ca Mâu Ni Phật.

Nam Mô Đại Ái Đạo Kiều Đàm Di tác đại chứng minh.

VĂN TÁC BẠCH CÚNG TRAI TĂNG

Từ trái: Ni sư TN Giới Định, Ni sư TN Chơn Viên (cầm mic), Ni sư TN Giới Hương và Ni sư TN Như Minh

Nam Mô Khải Giáo A Nan Đà Tôn Giả

Nam Mô Đương Lai Nhất Thiết Chúng sanh Hỷ Kiến Phật

Ngưỡng bái bạch trên Chư Tôn Hòa Thượng, Chư Thượng Tọa, Đại Đức Tăng,

Quý Ni Trưởng, Quý Ni sư, cùng chư Tôn Tịnh Đức Ni,

Ngưỡng bái bạch trên Nhị bộ Tăng Già chứng minh,

Hôm nay Ni chúng chúng con có duyên sự xin đê đầu đảnh lễ tác bạch. (1 lạy)

Nam Mô A Di Đà Phật.

Kính bạch quý Ngài,

Đã hơn ba tiếng đồng hồ trôi qua, cả đạo tràng trong

bầu không khí trang nghiêm, thanh tịnh, hướng vọng về Ân đức Thánh Tổ Đại Ái Đạo Kiều Đàm Di. Với bao tấm lòng thiết tha, bộc bạch của hàng nữ lưu, kính dâng lên đức Thánh Tổ, dưới sự chứng minh của nhị Bộ đại tăng tiền bối, đã làm nung đúc chí nguyện của hàng xuất gia ni giới, sách tấn chúng con trên con đường hoằng dương Phật pháp nơi hải ngoại bằng tất cả tấm lòng tri ân và tôn kính.

Giờ này, đại lễ đã thập phần viên mãn, ban tổ chức chúng con vô cùng niệm ân, thành tâm thiết lễ cúng dường trai tăng, kính dâng trên Mười Phương Tam Bảo chứng minh, dưới xin hiện tiền Nhị Bộ Đại Tăng doãn nạp, cho hàng ni giới và toàn thể chúng hội được tròn phần ân triêm công đức, lợi lạc quần sanh

Nam mô Hoan Hỉ Công Đức Lâm Bồ Tát Ma Ha Tát.

Đại tăng: Nam mô A Di Đà Phật.

Trên chư Tôn Thiền Đức Tăng Ni đã từ bi hứa khả cho rồi, chúng con xin đầu thành đảnh lễ tam bái. (3 lạy)

VĂN CẢM TẠ
ĐẠI LỄ TƯỞNG NIỆM KIỀU ĐÀM DI

Ni sư TN Tâm Nhật (cầm mic) và Ni sư TN Giới Hương

Nam Mô Bổn Sư Thích Ca Mâu Ni Phật

Nam Mô Đại Ái Đạo Kiều Đàm Di
Giáng Hạ Đạo Tràng Tác Đại Chứng Minh.

Ngưỡng bái bạch chư tôn Hòa Thượng, chư Thượng tọa Đại Đức Tăng.

Ngưỡng bái bạch chư Ni trưởng, chư Tôn Đức Ni.

Kính thưa quý đồng hương Phật tử, hiện diện trong đạo tràng chùa Hương Sen.

Kính bạch Chư Tôn Đức Tăng, Ni. Kính thưa quý Phật tử.

Sau khi được Đức Thế Tôn cho phép Tôn giả Đại Ái Đạo cùng 500 nữ nhân dòng họ Thích xuất gia, thọ Đại giới, trở thành những vị Tỳ kheo Ni đầu tiên trong giáo đoàn của Đức Phật, từ đó Ni đoàn được thành lập, dưới sự lãnh đạo của Tôn giả Đại Ái Đạo, Ni đoàn phát triển lớn mạnh. Kể từ đó, cánh cửa giải thoát đã mở rộng cho mọi thành phần, mọi giai cấp ở nữ giới, giúp cho người nữ vượt qua nhiều chướng ngại, tìm sự an tĩnh nội tâm.

Trải qua hơn 2600 năm Ni đoàn vẫn tồn tại, và lan rộng khắp bốn phương. Tại Việt Nam, ngay từ thời Ni bộ Bắc tông thành lập, Sư trưởng Như Thanh cùng quý Ni trưởng, Ni sư đã họp bàn để chọn một ngày trong năm có ý nghĩa, nhằm tưởng niệm Đức Thánh tổ Đại Ái Đạo, nhưng không tìm thấy một tư liệu nào đề cập đến thời gian Ngài nhập Niết-bàn. Về sau, quý Ni trưởng nhất trí chọn mồng 8 tháng 2 là ngày Phật xuất gia để làm lễ tưởng niệm Đức Thánh tổ Đại Ái Đạo.

Hôm nay ngày Mồng 5 tháng 2 năm Giáp Thìn, Ni chúng chúng con tiếp nối truyền thống đó, tại đạo tràng chùa Hương Sen, chúng con thành tâm thiết lễ tưởng niệm Đức Thánh Tổ Ni, Đại Ái Đạo Kiều-đàm-di và chư vị Trưởng lão Ni tiền bối, một mặt để tri ân người đã mở ra con đường, mà nhờ đó người nữ được xuất gia làm Sa-môn, được tu tập theo đạo giác ngộ giải thoát; mặt khác là để học tập theo tấm gương đạo hạnh mà Đức Thánh Tổ, và chư vị Trưởng lão Ni tiền bối, đã để lại, tấm gương ấy là động lực, sách tấn, động viên các thế hệ Ni trẻ tiếp nối sự nghiệp tu hành và hoằng dương Chánh pháp mà Người xưa đã truyền lại.

Hôm nay tại chùa Hương sen, ở vùng đất bán sa mạc, hẻo lánh, xa xôi, vì lòng bi mẫn, chư tôn Hòa thượng, chư Thượng tọa Đại đức Tăng, chư Ni trưởng, Ni Sư, chư tôn đức Ni, đã giành thời gian quý báu, gác lại Phật sự tại Bổn tự, đáp lại lời cung thỉnh của ban tổ chức chúng con, Quý Ngài đã quang lâm đến chùa Hương Sen chứng minh, cầu nguyện, cho buổi lễ diễn ra thật là trang nghiêm, và thanh tịnh.

Giờ này, buổi lễ đã thập phần viên mãn, chúng con xin đê đầu đảnh lễ tri ân, chư tôn Hòa Thượng, chư Thượng tọa Đại Đức Tăng, chư Ni trưởng, Ni Sư, chư tôn đức Ni, đã thương tưởng đến Ni chúng, chúng con, thương tưởng chùa hương Sen, đã không quảng mệt nhọc, đường xá xa xôi, giành nhiều thời gian đến tham dự lễ tưởng niệm.

Kính cảm niệm công đức của các Phật tử Diệu Ngọc, Chân Thiền, Tịnh Thu, Nguyên An và nhiều vị nữa đã đóng góp thực phẩm. Cám ơn Diệu Tâm nhóm Tiếng Nói Trái Tim và Kim Anh đã cúng dường phẩm vật. Cám ơn ban văn nghệ Đuốc Tuệ, cám ơn quý vị trong ban trần thiết, ban âm thanh ánh sáng, ban MC, ban cung nghinh, ban nghi lễ, vân vân... Tất cả quý danh rất nhiều mà không đủ thời gian để liệt hết. Đặc biệt, cám ơn quý Ni sư ở Miền Nam California đã cùng hợp tác chia sẻ công việc. Mỗi vị mỗi tay đã đóng góp cho lễ tưởng niệm Đức Thánh Tổ Ni, Đại Ái Đạo Kiều-đàm-di và chư vị Trưởng lão Ni tiền bối, được hoàn mãn như sở nguyện.

Chúng con xin đê đầu đảnh lễ sám hối quý Ngài về những sơ suất trong khi diễn ra lễ tưởng niệm, xin quý ngài từ bi hỷ xả, cho chúng con được ân triêm công đức. Chúng con xin chúc nguyện, chư tôn Hòa Thượng, chư Thượng tọa Đại Đức Tăng, chư Ni trưởng, Chư Ni sư, chư Tôn Đức Ni, Pháp thể khinh an, Phật sự viên thành. Kính chúc quý vị Phật tử cùng thân quyến thân được thật nhiều sức khỏe, tâm được nhiều an lạc, gia quyến an hòa, công việc được hanh thông thuận lợi.

Nam Mô Hoan Hỷ Tạng Bồ tát Ma Ha Tát.

CHƯƠNG TRÌNH VĂN NGHỆ
LỄ TƯỞNG NIỆM
THÁNH TỔ KIỀU ĐÀM DI

Thực Hiện Chương trình do Ban Văn Nghệ Đuốc Tuệ: Tâm Nguyên Trí, Ca sĩ Thúy Anh, Ca sĩ Diệu Tịnh, Thanh Vân, Nguyên Mỹ, Như ý, Minh Ngọc...

1. Khai Mạc SoundTrack Chuông Trống Bát Nhã Lễ Nhạc SoundTrack

2. SoundTrack Quốc Ca Hoa Kỳ Quốc Ca SoundTrack

3. Hợp Ca Nhóm Tâm Hương Quốc Ca Việt Nam Quốc Ca Lê Cao Phan Tâm Nguyên Trí /Guitar F

4. Hợp Ca Nhóm Tâm Hương Phật Giáo Việt Nam Phật Tử Hành Khúc Lê Cao Phan Tâm Nguyên Trí /Guitar Gb (D cabo V)

5. Hợp Ca Nhóm Tâm Hương Hương Sen Ca Đạo Ca Nam Hưng SoundTrack

6. MẬT NIỆM SoundTrack PHÚT MẬT NIỆM 4 TRỌNG ẤN MẬT NIỆM SoundTrack

7.   Họp Ca Nhóm Tâm Hương Trầm Hương Đốt Đạo Ca Bửu Bác Tâm Nguyên Trí /Guitar Gb (D cabo V)

8.   Họp Ca Nhóm Tâm Hương Gương Sáng Kiều Đàm Di Đạo Ca Nam Hưng Tâm Nguyên Trí / Guitar Fm (Em Cabo)

9.   Đơn Ca Nguyên Mỹ Hoa Pháp Đạo Ca Thơ: Thích Nữ Giới Hương / Nhạc sĩ: Nguyễn Tuấn Tâm Nguyên Trí /Guitar Db (A cabo IV)

10.   Đơn Ca Diệu Tịnh Lạy Phật Quan Âm Đạo Ca Hàn Châu SoundTrack

11.   Đơn Ca Tâm Nguyên Trí Chùa Tôi Đạo Ca Chúc Linh Tâm Nguyên Trí /Guitar Dm

12.   Đơn Ca Nguyên Mỹ Hương Trà Buổi Sáng Đạo Ca Thơ: Thích Nữ Giới Hương / Nhạc sĩ: Nguyễn Tuấn Tâm Nguyên Trí /Guitar Am

13. Đơn Ca Tâm Nguyên Trí Nhớ Chùa Đạo Ca Thơ: Huyền Không / Nhạc sĩ: Hoàng Quốc Bảo Tâm Nguyên Trí /Guitar Em

Chùa Hương Sen
Tổ Chức Lễ Tưởng Niệm
Ngày Thánh Tổ Ni Giới Kiều Đàm Di

Tâm Nhuận Phúc

Ảnh Việt Báo

Perris, California (VB)- Vào sáng ngày Thứ Năm 14 tháng 3 2024, chùa Hương Sen (thành phố Perris, Quận Hạt Riverside) đã long trọng tổ chức lễ tưởng niệm ngày Thánh Tổ Ni Giới, Đức Phật Mẫu Đại Ái Đạo Kiều Đàm Di. Đến tham dự có khoảng gần 100 tăng ni và hơn 100 Phật tử từ khắp nơi đổ về để cùng tưởng niệm sự kiện đặc biệt này.

Thành phần tăng đoàn tham dự gồm có Hòa Thượng Thích Tuệ Uy, trụ trì Tu Viện Liên Hoa Sanh; Thượng Tọa hiệu Thích Nhuận Hùng, tri sự Chùa Bảo Quang; cùng chư tôn thiền đức tăng đến từ các tự viện, tịnh thất, tinh xá... Về phía chư tôn đức ni, có ni trưởng Như Tịnh, viện chủ Tu viện Đại Bi; ni sư Chơn Viên trụ trì Tu Viện Đại Bi; sư bà Như Hương; ni sư Chân Trung Chính và quý sư cô Tu viện Lộc Uyển; ni sư Như Quang trụ trì Chùa Phước Quang; ni sư Nguyên Bổn trụ trì Chùa Kiều Đàm Di; ni sư Như Minh trụ trì Tịnh Thất Từ Hạnh; ni sư Chúc Vân trụ trì Chùa Giác Tâm; ni sư Trung Trí trụ trì Chùa Hưng Lâm, cùng chư tôn đức ni các tự viện, tinh xá, tịnh thất từ miền Nam-Bắc Cali và nhiều tiểu bang khác.

Ni Sư Giới Hương đọc diễn văn khai mạc. Ảnh: Việt Báo

Ni Sư Giới Hương trụ trì chùa Hương Sen, cũng là trưởng ban tổ chức sự kiện đã đọc bài diễn văn khai mạc, nhắc lại công đức vô lượng của Đức Thánh Tổ Kiều Đàm Di. Ngược dòng lịch sử cách đây hơn 2,600 năm, hoàng hậu Maya xả bỏ báo thân sau khi hạ sanh thái tử Tất Đạt Đa. Em gái của hoàng hậu là di mẫu Kiều Đàm

Di đã nuôi dưỡng thái tử cho đến khi trưởng thành, rồi xuất gia và trở thành Đức Phật Thích Ca Mâu Ni. Đức Phật đến Lộc Uyển độ cho năm anh em Kiều Trần Như, thành lập tăng đoàn. Bấy giờ, Di Mẫu Kiều Đàm Di với lòng thành tha thiết muốn được gia nhập hàng ngũ đệ tử đẳng giải thoát. Ngài đã cùng với 500 hoàng nữ từ cung thành Ca-tỳ-la-vệ đi đến thành Tỳ-xá-li, nơi Đức Phật và chư tăng đang cư trú để cầu xin xuất gia. Hành trình cầu đạo của Di Mẫu vô cùng gian khổ, đi chân trần cả trăm dặm, bàn chân rướm máu, chịu bao cảnh mưa gió, nắng bụi. Cuối cùng, với sự cầu thỉnh của tôn giả A Nan, Đức Phật đã chấp nhận cho người nữ xuất gia và thành lập ni đoàn. Đức Phật trở thành vị giáo chủ đầu tiên trên thế giới thành lập ni đoàn, mở cánh cửa giải thoát cho tất cả nữ giới thuộc mọi tầng lớp, mọi màu da, mọi tôn giáo... Nữ giới được bình đẳng bước vào dòng họ Thích Ca, cùng tắm mát trong dòng sông bình đẳng của Giới-Định-Tuệ, thoát sự trói buộc giai cấp "trọng nam khinh nữ" của Ấn Độ thời bấy giờ.

Từ đó, thành Tỳ Xá Ly trở thành nơi thánh địa khởi thủy của Ni đoàn; và ngài Kiều Đàm Di Mẫu trở thành vị Sơ Tổ đầu tiên của Ni giới, được Đức Phật ấn chứng là Đại A La Hán Kiều Đàm Di Mẫu, Đại Ái Đạo - Đương Lai Nhất Thiết Chúng Sanh Hỷ Kiến Phật.

Ngày nay, Phật giáo đã trở thành tôn giáo toàn cầu, và ni giới cũng hiện diện khắp nơi trên thế giới. Tại Hoa Kỳ, Phật Giáo Việt Nam được du nhập vào khoảng giữa thế kỷ 20, khi một số tôn đức Tăng Ni từ Việt Nam sang Hoa Kỳ bằng nhiều phương diện như tôn giáo, đoàn tụ gia đình, du học, tỵ nạn... Kể từ đầu thế kỷ 21 đến nay, chính phủ Hoa Kỳ mở rộng diện Visa R1 truyền giáo. Nhiều chư ni Việt

Nam, đặc biệt các ni sinh du học ở Ấn Độ, Nhật Bản, Hàn Quốc, Đài Loan, Trung Quốc v.v... đến định cư và hoằng pháp tại Hoa Kỳ.

Nói về thế hệ thứ nhất, chư ni trưởng Việt Nam đến Hoa Kỳ trong đợt đầu tiên được biết đến như Cố Ni Trưởng Đàm Lựu, Ni Trưởng Nguyên Thanh, Ni Trưởng Kiến Nguyệt, Ni Trưởng Như Hòa, Ni Trưởng Giác Hương, Ni Trưởng Từ Liên, Ni Trưởng Huệ Ân, Cố Ni Trưởng Diệu Từ, Cố Ni Trưởng Như Nguyện...

Thế hệ thứ hai là quý ni sư trẻ hiện đang trụ trì trên khắp nước Mỹ như Ni Sư Hiếu Đức, Ni Sư Giới Châu, Ni Sư Như Tâm, Ni Sư Minh Huệ, Ni Sư Đồng Kính, Ni sư Như Phương, Ni sư Giới Hương, Ni sư Thuần Tuệ, Ni Sư Như Phước/Đàm Nhật, Ni Sư Thanh Lương, Ni sư Nguyên Bổn, Ni sư Như Quang, Ni Sư Nguyên Thiện, Ni Sư Liên Tiến, Ni sư Chơn Viên, Ni Sư Nhật Nhan, Ni Sư Diệu Phước, Ni Sư Diệu Tánh, Ni Sư Thiền Tuệ...

Để tri ân và đền ơn Thánh Tổ Ni Giới Kiều Đàm Di và chư ni trưởng hữu công cho Phật Giáo Việt Nam, Phật Giáo Hoa Kỳ và trên thế giới, chư Ni tại Hoa Kỳ phát nguyện mỗi năm tổ chức Lễ Tưởng Niệm Sơ Tổ. Tại miền Nam California, Ni sư Như Quang (Chùa Phước Quang), đã tổ chức lễ tưởng niệm Thánh Tổ Ni vào năm 2022 và 2023. Năm nay Ni Sư Giới Hương được vinh hạnh đăng cai tổ chức lần thứ ba. Chùa Hương Sen tọa lạc tại Perris, quận Riverside, nơi có nhiều đồi núi trọc, ít Phật tử Việt Nam cư trú; nay được đón tiếp chư tôn đức Tăng Ni đến tham dự lễ tưởng niệm thật là quý báu, "Tăng đáo Phật lai."

Trong phần phát biểu của mình, Ni Trưởng Như Tịnh cũng tán thán công đức của Đức Thánh Tổ Ni Giới, và đánh giá cao sự nghiệp giác ngộ, thành tựu Đạo Pháp của ni giới Việt Nam. Nhiều vị khi qua đời, hỏa táng có lưu lại xá lợi, chứng tỏ phẩm hạnh tu hành. Ni trưởng cũng tán thán công đức của Ni Sư Giới Hương, đã đến một miền quê hẻo lánh, dựng nên ngôi chùa Hương Sen để phục vụ Đạo Pháp và chúng sinh, công đức vô lượng.

Buổi lễ tưởng niệm kết thúc hoàn mãn. Ngọn tuệ đăng Kiều Đàm Di sẽ được tiếp nối luân lưu, và mỗi năm chư Ni khắp nơi trên Hoa Kỳ sẽ tiếp nối luân phiên đăng cai tổ chức.

Nhiều Phật tử tham dự cho biết đây là lần đầu tiên được dự lễ tưởng niệm Đức Thánh Tổ Kiều Đàm Di, được nghe về công đức của Ngài. Giới Phật tử cũng tán dương công đức của ni đoàn Việt Nam tại hải ngoại, góp phần mang ánh sáng đạo pháp đến Hoa Kỳ cũng như khắp nơi trên thế giới. (VB)

Ảnh: Việt Báo

BƯỚC THEO HẠNH NGUYỆN TỔ KIỀU ĐÀM DI

Thích Nữ Giới Định

Một ngày mới bắt đầu với nhiều hoài ước thật đơn sơ mong sao mình và tất cả mọi người có những giây phút thật thảnh thơi an lành trong từng tâm niệm lời nói và hành động thật nhẹ nhàng bình an, để cho một ngày sống có tràn đầy ý nghĩa, tuy đơn sơ và dễ dàng nhưng cũng không phải dễ như mình nói hay suy nghĩ đâu bạn nhé!

Sáng nay thứ năm ngày 14 tháng 3 năm 2024 bầu trời Santa Ana không mưa trong sáng, đang vui nhộn đón những bước chân của chư tăng ni đang thiền hành, bách bộ trong khuôn viên chùa Bảo Quang để chờ xe bus đến dự lễ Tưởng Niệm Đức Thánh Tổ Kiều Đàm Di tại Huong Sen Buddhist Temple 19865 Seaton Avenue, Perris, CA 92570 do Ni Sư Thích Nữ giới Hương trụ trì và là trưởng ban tổ chức Đại lễ năm nay.

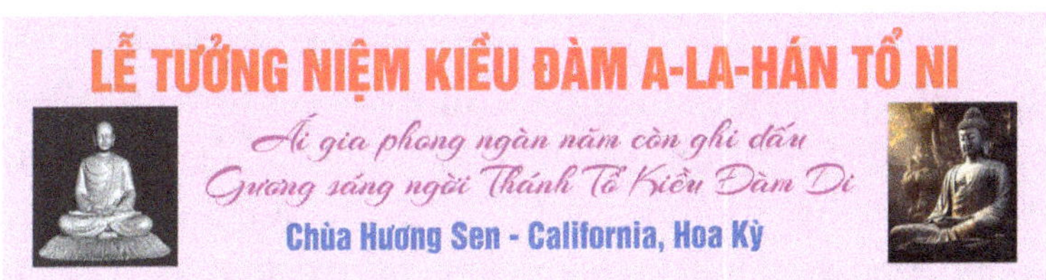

Lúc 8:00 giờ xe bắt đầu chuyển bánh, hơn một tiếng đồng hồ xa xa thấp thoáng đã thấy tu viện Hương Sen với đồi núi bao bọc chung quanh. Hương sen đây rồi, một ngôi chùa Ni đơn sơ, trước cổng chùa với hàng chữ **Thành**

Kính Cung nghinh chư tôn đức tăng ni quang lâm. *Chào mừng chư phật tử.* Tiếng A Di Đà Phật chào nhau vang cả một góc trời nhỏ của Riverside Country trong tình thân thiện, trên môi mọi người nở nụ cười an lành. Trang trọng với hàng chữ: **Nam Mô Đương Lai Nhất Thiết Chúng Sanh Hỷ Kiến Phật. Đại Lễ Tưởng Niệm Đức Thánh Tổ Kiều Đàm Di Và Chư Trưởng Lão Ni Tiền Bối Hữu Công.**

Gió lộng trời cao đất ghập nghềnh

Đón mừng đại chúng đáo Hương Sen

Tâm thành dâng cúng lên Sư Tổ

Nhân ngày kỷ niệm rạng ngời xưa.

Những bước chân của chư tôn đức tăng ni theo lời cung thỉnh của Ni Sư trụ trì và ban tổ chức đại lễ sẽ kinh hành từ chánh điện qua nhiều nơi an vị thánh tượng chư phật bồ tát, tiếng niệm phật âm vang mọi người cảm nhận được chư phật Bồ tát thiên long bát bộ đang quang giáng đạo tràng mật thùy gia hộ cho mọi phật sự chùa Hương Sen đều thành tựu viên mãn. Những bậc cấp lên xuống, những cỏ dại ven đường như đang reo mừng chào đón, những động vật côn trùng nhỏ nhít, các chú chim trên cành líu lo hót vang cũng như đang được thừa hưởng ân đức cao quý đó để mong được thoát kiếp súc sanh. Nhìn những thành tựu hôm nay biết bao nhiêu tháng năm gian khổ, nước mắt mồ hôi, tâm nguyện của Ni sư trụ trì, ni chúng, phật tử đã đổ xuống mãnh đất này thật vô số kể để cho cây đơm trái bông nở hoa, ánh sáng phật pháp lan tỏa trên mãnh đất khô cằn sỏi đá Hương Sen, làm nhân thiện lành cho người phật tử có duyên đến nơi chốn xa xôi này. Con xin cúi đầu thành kính đảnh lễ.

Về bên Thánh Tổ Kiều Đàm Di

Đại chúng thiền hành, hữu nhiễu, đảnh lễ, chụp hình lưu niệm trước tôn tượng Thánh Tổ. Tôn tượng Đức Thánh Tổ Kiều Đàm Di đang uy nghi đứng vững trước cơn gió lộng rừng xanh, Ngài vẫn ung dung từ ái nhìn đàn con dại của mình trong chiếc y vàng giải thoát, những đứa con gái của Ngài từng giây từng phút phải chiến đấu với nội ma ngoại cảnh không phải là dễ dàng, bao nhiêu cám dỗ vật chất, tiền tài, danh vọng, tình cảm.. Ánh mắt của Ngài làm cho ai đối diện cũng nhận được một tình thương lan tỏa từ người mẹ hiền kính quý và âm thầm phát nguyện tiến tu đạo nghiệp không dám biếng trễ.

Sáng nay có sự quang lâm của hòa thượng thích Tuệ Uy trụ trì tu viện Liên Hoa Sanh, thành phố Big Bear ban tổ chức cung thỉnh Hòa Thượng ban đạo từ, những lời dạy của Hòa thượng thật gần gũi sách tấn hàng ni giới dõng mãnh thêm trên con đường hoằng pháp lợi sanh báo phật ân đức. Đặc biệt hơn nữa, năm nay có sự hiện diện của Sư trưởng viện chủ Tu Viện Đại Bi, thật gần gũi thật kính thương, Sư bà nhắc nhở hàng ni chúng phải nổ lực tinh tấn tu tập vì người nữ có nhiều chướng ngại trên con đường tu đạo giải thoát, nên ở trong đại chúng để rèn luyện chí nguyện xuất gia của mình cho vững chãi và thường hành trì tụng giới trong mỗi nữa tháng không được lãng xao.

Nam Mô Đương Lai Nhất Thiết Chúng Sanh Hỷ Kiến Phật

"Ái gia phong ngàn năm còn ghi dấu

Gương sáng ngời Thánh Tổ Kiều Đàm Di."

Hàng Ni giới chúng con hôm nay được tắm mình trong chánh pháp Như Lai, được xuất gia thọ cụ túc giới là nhờ lời thỉnh cầu ba lần tha thiết của Tôn giả An Nan lên Đức Thế Tôn cho phép Di Mẫu Ma Ha Ba Xà Ba Đề xuất gia tu đạo. Di mẫu đã xả bỏ tất cả châu báu, mọi tiện nghi xa hoa lầu các, rũ bỏ phấn son lụa là, khoát lên mình chiếc y vàng giải thoát cùng với 500 người nữ dòng họ Thích Ca tuân giữ bát kỉnh pháp làm vị Tỳ Kheo Ni đầu tiên trong giáo pháp Như Lai. Di Mẫu thỉnh cầu Đức Phật chỉ dạy pháp hành thiền định, trong một thời gian ngắn nhờ tinh cần nổ lực đã chứng đắc thánh quả A La Hán. Tại Tinh Xá Kỳ Viên, Thế Tôn xác nhận *" Di Mẫu Mahapajapaty là vị thánh kinh nghiệm đệ nhất, sống hưởng thọ hạnh phúc, giải thoát, niết bàn."* Khi nghe Thế Tôn ba tháng sẽ nhập niết bàn, vì không muốn nhìn thấy cảnh đó nên đã xin Đức Phật được cùng với 500 tỷ kheo ni nhập niết bàn trước. Sau khi trà tỳ giữa chúng hội Đức Phật tuyên bố *"Đây là xá lợi của Tỳ Kheo Ni Gotami, một bậc trượng phu. Những gì bậc trượng phu làm được, Tỳ kheo ni Gotami đều làm được"*. Trong kinh Pháp Hoa, Đức Phật thọ Ký cho Ngài tương lai thành phật hiệu Nhất Thiết Chúng

Sanh Hỷ Kiến Phật.

Đức Thánh Tổ Ni bậc dõng mãnh tinh cần tu tập, Ngài đã thay Đức phật lãnh đạo Ni đoàn, đưa hàng nữ nhân thoát vòng xiềng xích phân biệt của chế độ giai cấp phong kiến xã hội thời bấy giờ. Thánh Tổ đã giải phóng cho thân phận người nữ trong bổn phận làm vợ làm mẹ làm dâu gò bó trong một gia đình nhỏ của họ... Sau một thời gian tu tập tinh cần trong chánh pháp Như Lai đã có nhiều bậc Ni chứng đắc thánh, từ sơ quả Tu đà hoàn đến A la hán quả được Đức phật ấn chứng không khác gì bên Đại tăng...

"Chuông không ngại ngày đêm mưa gió thổi

Chuông không vì sông bể núi đèo ngăn

Tiếng của chuông là bản thệ xa xăm

Đây vọng lại mấy ngàn năm âm hưởng."

Thế hệ kế thừa của Tổ sư ni đã có hàng hàng lớp lớp chư tôn trưởng lão tiền bối ni đã cùng với đại tăng chung vai làm phật sự, trãi qua bao thăng trầm của lịch sử đất nước, của phật giáo từ quá khứ đến hiện tại vẫn ngày một phát triển hơn. Giáo lý phật đà đã có những ảnh hưởng rất lớn đối các vị lãnh đạo đất nước, những nhà trí thức khi họ đang tại vị làm cho đất nước nhân dân được an cư lạc nghiệp hơn, người bình dân cũng hiểu được thế nào là nhân quả qua ý nghĩa "nhân nào thì quả đó"...

Trang nghiêm tưởng niệm Thánh Tổ Kiều Đàm Di

Hôm nay đây, những người con gái của Thế Tôn và Thánh Tổ Ni, đọc lại trang sử hào hùng dũng cảm vô úy của người xưa mà lòng không khỏi dâng lên những xúc động trong tâm thức, hổ thẹn cho chính mình. Năm vóc gieo sát đất, tự phát nguyện dấn thân hành đạo phụng sự chúng sinh dù gặp nhiều gian nan thử thách, chuyên tâm tu trì Giới Định Tuệ để đoạn trừ tham sân si nghiệp chướng, tự nghiêm khắc với bản thân mình không dễ duôi để cho giặc phiền não lôi cuốn vào ngũ dục, lục trần. Nhớ đến công ơn sanh thành dưỡng dục của cha mẹ cho chúng ta thân người tìm nhân duyên cho vào cửa đạo, nhớ đến công ơn thầy tổ cho thọ đại giới dự vào trong Tăng bảo, có cơ hội ra khỏi vòng sanh tử triền lụy, công ơn đàn na tín thí cung cấp tứ sự cúng dường cho chúng ta mọi sự cần dùng trong sinh hoạt hàng ngày, công ơn tổ quốc có những người đã hi sinh thân mình bảo vệ đất nước thanh bình cho chúng ta an tâm hành đạo. Làm phật sự ở xứ người với vô vàn gian truân nhưng không vì thế mà lùi bước, vì chúng ta đang trên con đường nghịch dòng sanh tử, phải quyết tâm bền chí lập nguyện không quên chí nguyện ban sơ *"phát túc siêu phương tâm hình dị tục."*

Buổi lễ Tưởng niệm Đức Thánh Tổ Ni Kiều Đàm Di và Chư Trưởng Lão Ni Tiền Bối Hữu Công lần thứ ba tại Hương Sen Temple đã khép lại trong tinh thần hòa hợp, hoan hỷ và thanh tịnh. Chúng con ở xứ Mỹ một nơi còn non trẻ đối với nền văn hóa phật giáo Việt Nam, nhưng chúng con hết sức quyết tâm cùng hứa nguyện mỗi năm ngồi lại với nhau để ôn lại công hạnh của chư Tổ đồng thời nhắc nhở rèn luyện thêm ý chí của hàng ni giới chúng con. Sang năm 2025 tại Tu viện Huyền Không San Jose do Ni sư Thích Nữ Giới Tâm (Nguyên Thiện) cùng ni chúng và đạo tràng thành tâm phụng cúng tưởng niệm tổ Sư lần thứ tư. Chúng con xin cúi đầu đảnh lễ chư Đại Tăng kính nguyện quý ngài pháp lạc vô biên hóa duyên vô ngại, thân tâm thường lạc phật sự viên thành; thân chúc chư phật từ luôn an lạc trong tâm tư, giải thoát trong đời sống và thành công trong mọi lãnh vực.

Nam Mô Đương Lai Nhất Thiết Chúng Sanh

Hỷ Kiến Phật tác đại chúng minh.

Chư Tôn Đức Ni ở mặt trước của Chùa Hương Sen

NHỮNG HÌNH ẢNH LỄ TƯỞNG NIỆM THÁNH TỔ KIỀU ĐÀM DI

tại Chùa Hương Sen, Perris, California, ngày 14/03/2024

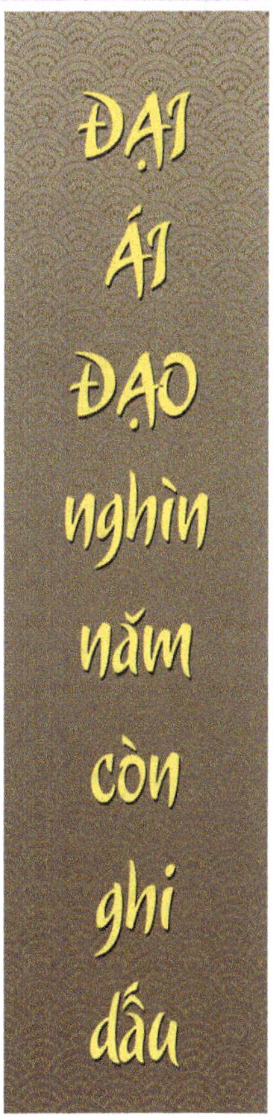

Nam mô Đương Lai Nhất Thiết Chúng Sanh Hỷ Kiến Phật
ĐẠI LỄ TƯỞNG NIỆM
ĐỨC THÁNH TỔ NI KIỀU ĐÀM DI
VÀ CHƯ NI TIỀN BỐI HỮU CÔNG
Chùa Hương Sen - California, Hoa Kỳ

ĐỨC TỔ SƯ KIỀU ĐÀM DI
LỄ TƯỞNG NIỆM KIỀU ĐÀM A-LA-HÁN TỔ NI
Ái gia phong ngàn năm còn ghi dấu
Gương sáng ngời Thánh Tổ Kiều Đàm Di
Chùa Hương Sen - California, Hoa Kỳ

Nam mô Đương Lai Nhất Thiết Chúng Sanh Hỷ Kiến Phật
ĐẠI LỄ TƯỞNG NIỆM
ĐỨC THÁNH TỔ NI KIỀU ĐÀM DI
VÀ CHƯ TRƯỞNG LÃO NI TIỀN BỐI HỮU CÔNG
Chùa Hương Sen - California, Hoa Kỳ

Hương
Sơn   Chùa
Buddhist   Hương
Temple   Sơn

ghi
dấu
LỄ TƯỞNG NIỆM KIỀU ĐÀM A-LA-HÁN

TỦ SÁCH BẢO ANH LẠC

do Ni Sư Tiến Sĩ TN Giới Hương biên soạn

1.1. SÁCH TIẾNG VIỆT

1. *Bồ-tát và Tánh Không Trong Kinh Tạng Pali và Đại Thừa.*

2. *Ban Mai Xứ Ấn -Tuyển tập các Tiểu Luận Phật Giáo (3 tập).*

3. *Vườn Nai – Chiếc Nôi.*

4. *Quy Y Tam Bảo và Năm Giới.*

5. *Vòng Luân Hồi.*

6. *Hoa Tuyết Milwaukee.*

7. *Luân Hồi trong Lăng Kính Lăng Nghiêm.*

8. *Nghi Thức Hộ Niệm, Cầu Siêu.*

9. *Quan Âm Quảng Trần.*

10. *Nữ Tu và Tù Nhân Hoa Kỳ.*

11. *Nếp Sống Tỉnh Thức của Đức Đạt Lai Lạt Ma Thứ XIV.*

12. *A-Hàm: Mưa pháp chuyển hóa phiền não, 2 tập.*

13. *Góp Từng Hạt Nắng Perris.*

14. *Pháp Ngữ của Kinh Kim Cang.*

15. *Tập Thơ Nhạc Nắng Lăng Nghiêm.*

16. *Nét Bút Bên Song Cửa.*

17. *Máy Nghe MP3 Hương Sen* (Hương Sen Digital Mp3 Radio Speaker): Các Bài Giảng, Sách, Bài viết và Thơ Nhạc của Thích Nữ Giới Hương (383/201 bài).

18. *DVD Giới Thiệu về Chùa Hương Sen.*

19. *Ni Giới Việt Nam Hoằng Pháp tại Hoa Kỳ.*

20. *Tuyển Tập 40 Năm Tu Học & Hoằng Pháp của Ni sư Giới Hương*, Thích Nữ Viên Quang, TN Viên Nhuận, TN Viên Tiến, and TN Viên Khuông.

21. *Tập Thơ Nhạc Lối Về Sen Nở.*

22. *Nghi Thức Công Phu Khuya – Thần Chú Thủ Lăng Nghiêm.*

23. *Nghi Thức Cầu An – Kinh Phổ Môn.*

24. *Nghi Thức Cầu An – Kinh Dược Sư.*

25. *Nghi Thức Sám Hối Hồng Danh.*

26. *Nghi Thức Công Phu Chiều – Mông Sơn Thí Thực.*

27. *Khóa Tịnh Độ – Kinh A Di Đà.*

28. *Nghi Thức Cúng Linh và Cầu Siêu.*

29. *Nghi Lễ Hàng Ngày - 50 Kinh Tụng và các Lễ Vía trong Năm.*

30. *Hương Đạo Trong Đời 2022* - Tuyển tập 60 Bài Thi trong Cuộc Thi Viết Văn Ứng Dụng Phật Pháp 2022.

31. *Hương Pháp 2022* (Tuyển Tập Các Bài Thi Trúng Giải Cuộc Thi Viết Văn Ứng Dụng Phật Pháp 2022).

32. *Giới Hương - Thơm Ngược Gió Ngàn*, Nguyên Hà.

33. *Pháp Ngữ Kinh Hoa Nghiêm* (2 tập).

34. *Tinh Hoa Kinh Hoa Nghiêm.* Thích Nữ Giới Hương.

NXB Hương Sen.

35. *Phật Giáo – Tầm Nhìn Lịch Sử Và Thực Hành.* Hiệu đính: Thích Hạnh Chánh và Thích Nữ Giới Hương.

36. *Nhật ký Hành Thiền Vipassana và Kinh Tứ Niệm Xứ.*

37. *Nghi cúng Giao Thừa.*

38. *Nghi cúng Rằm Tháng Giêng.*

39. *Nghi thức Lễ Phật Đản.*

40. *Nghi thức Vu Lan.*

41. *Lễ Vía Quan Âm.*

42. *Nghi cúng Thánh Tổ Kiều Đàm Di.*

43. *Nghi thức cúng Tổ và Giác linh Sư trưởng.*

44. *Nghi Lễ Chẩn Tế Mười Hai Loại Cô Hồn*

45. *Kỷ Yếu Lễ Tưởng Niệm Thánh Tổ Kiều Đàm Di tại Chùa Hương Sen năm 2024*

1.2. SÁCH TIẾNG ANH

1. *Boddhisattva and Sunyata in the Early and Developed Buddhist Traditions.*

2. *Rebirth Views in the Śūraṅgama Sūtra.*

3. *Commentary of Avalokiteśvara Bodhisattva.*

4. *The Key Words in Vajracchedikā Sūtra.*

5. *Sārnātha-The Cradle of Buddhism in the Archeological View.*

6. *Take Refuge in the Three Gems and Keep the Five Precepts.*

7. *Cycle of Life.*

8. *Forty Years in the Dharma: A Life of Study and Service—Venerable Bhikkhuni Giới Hương.*

9. *Sharing the Dharma -Vietnamese Buddhist Nuns in the United States.*

10. *A Vietnamese Buddhist Nun and American Inmates.*

11. *Daily Monastic Chanting.*

12. *Weekly Buddhist Discourse Chanting.*

13. *Practice Meditation and Pure Land.*

14. *The Ceremony for Peace.*

15. *The Lunch Offering Ritual.*

16. *The Ritual Offering Food to Hungry Ghosts.*

17. *The Pureland Course of Amitabha Sutra.*

18. *The Medicine Buddha Sutra.*

19. *The New Year Ceremony.*

20. *The Great Parinirvana Ceremony.*

21. *The Buddha's Birthday Ceremony.*

22. *The Ullambana Festival (Parents' Day).*

23. *The Marriage Ceremony.*

24. *The Blessing Ceremony for The Deceased.*

25. *The Ceremony Praising Ancestral Masters.*

26. *The Enlightened Buddha Ceremony.*

27. *The Uposatha Ceremony (Reciting Precepts)*

28. *Buddhism: A Historical And Practical Vision.* Edited by Ven. Dr. Thich Hanh Chanh and Ven. Dr. Bhikṣuṇī TN Gioi Huong.

29. *Contribution of Buddhism For World Peace & Social*

Harmony. Edited by Ven. Dr. Buddha Priya Mahathero and Ven. Dr. Bhikṣuṇī TN Gioi Huong.

30. *Global Spread of Buddhism with Special Reference to Sri Lanka*. Buddhist Studies Seminar in Kandy University. Edited by Prof. Ven. Medagama Nandawansa and Dr. Bhikṣuṇī TN Gioi Huong.

31. *Buddhism In Sri Lanka During The Period of 19th to 21st Centuries*. Buddhist Studies Seminar in Colombo. Edited by Prof. Ven. Medagama Nandawansa and Dr. Bhikṣuṇī TN Gioi Huong.

32. *Diary: Practicing Vipassana and the Four Foundations of Mindfulness Sutta.*

1.3. SÁCH SONG NGỮ (VIETNAMESE-ENGLISH)

1. *Bản Tin Hương Sen: Xuân, Phật Đản, Vu Lan (*Hương Sen Newsletter: Spring, Buddha Birthday and Vu Lan, annual/ Mỗi Năm).

2. *Danh Ngôn Nuôi Dưỡng Nhân Cách - Good Sentences Nurture a Good Manner.*

3. *Văn Hóa Đặc Sắc của Nước Nhật Bản-Exploring the Unique Culture of Japan.*

4. *Sống An Lạc dù Đời không Đẹp như Mơ - Live Peacefully though Life is not Beautiful as a Dream.*

5. *Hãy Nói Lời Yêu Thương-Words of Love and Understanding.*

6. *Văn Hóa Cổ Kim qua Hành Hương Chiêm Bái -The Ancient- Present Culture in Pilgrim.*

7. *Nghệ Thuật Biết Sống - Art of Living.*

8. *Nhật ký Hành Thiền Vipassana và Kinh Tứ Niệm Xứ - Diary: Practicing Vipassana and the Four Foundations of Mindfulness Sutta.*

9. *Dharamshala - Hành Hương Vùng Đất Thiêng, Ấn Độ, Dharamshala - Pilgrimage to the Sacred Land, India.*

1.4. SÁCH CHUYỂN NGỮ

1. *Xá Lợi Của Đức Phật* (Relics of the Buddha), Tham Weng Yew.

2. *Sen Nở Nơi Chốn Tử Tù* (Lotus in Prison), many authors.

3. *Chùa Việt Nam Hải Ngoại* (Overseas Vietnamese Buddhist Temples).

4. *Việt Nam Danh Lam Cổ Tự* (The Famous Ancient Buddhist Temples in Vietnam).

5. *Hương Sen, Thơ và Nhạc* – (Lotus Fragrance, Poem and Music).

6. *Phật Giáo-Một Bậc Đạo Sư, Nhiều Truyền Thống* (Buddhism: One Teacher – Many Traditions), Đức Đạt Lai Lạt Ma 14th & Ni Sư Thubten Chodren.

7. *Cách Chuẩn Bị Chết và Giúp Người Sắp Chết-Quan Điểm Phật Giáo* (Preparing for Death and Helping the Dying – A Buddhist Perspective)

2. ALBUMS NHẠC
Từ Thơ Thích Nữ Giới Hương

1. *Đào Xuân Lộng Ý Kinh* (The Buddha's Teachings Reflected in Cherry Flowers).

2. *Niềm Tin Tam Bảo* (Trust in the Three Gems).

3. *Trăng Tròn Nghìn Năm* Đón *Chờ Ai* (Who Is the Full Moon Waiting for for Over a Thousand Years?).

4. *Ánh Trăng Phật Pháp* (Moonlight of Dharma-Buddha).

5. *Bình Minh Tỉnh Thức* (Awakened Mind at the Dawn) (*Piano Variations for Meditation*).

6. *Tiếng Hát Già Lam* (Song from Temple).

7. *Cảnh* Đẹp *Chùa Xưa* (The Magnificent, Ancient Buddhist Temple).

8. *Karaoke Hoa Ưu Đàm Đã Nở* (An Udumbara Flower Is Blooming).

9. *Hương Sen Ca* (Hương Sen's Songs)

10. *Về Chùa Vui Tu* (Happily Go to Temple for Spiritual Practices)

11. *Gọi Nắng Xuân Về* (Call the Spring Sunlight).

12. *Đệ Tử Phật*. Thơ: Thích Nữ Giới Hương, Nhạc: Uy Thi Ca & Giác An, volume 4, năm 2023.

Mời xem: http://www.huongsentemple.com/index.php/ kinh-sach/tu-sach-bao-anh-lac